அரா
1000

அராத்து

பஞ்சராத்
1000

முகாம்

அராஜகம் 1000

அராத்து

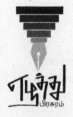

எழுத்து பிரசுரம்

அராஜகம் ஆயிரம்
Araajagam Aayiram © 2018 Araathu

First Edition : 2013
First Edition by Ezutthu Prachuram : December 2018
(An imprint of Zero Degree Publishing)
ISBN: 978 93 87707 48 1
Title No. EP: 31

All rights reserved. No part of this publication may be reproduced, stored in a retrieval system, or transmitted, in any form or by any means, electronic, mechanical, photocopying, recording, psychic, or otherwise, without the prior permission of the publishers.

Zero Degree Publishing
No. 55(7), R Block, 6th Avenue,
Anna Nagar,
Chennai - 600 040

Website : www.zerodegreepublishing.com
E Mail   : zerodegreepublishing@gmail.com
Phone   : 98400 65000

Cover Art : Hasif Khan
Cover Design & Layout : Creative Studio
Printed at ReproIndia, Mumbai

முன்னுரை

chandra thangaraj @ powshya

எந்த பிம்பமும் இல்லாத நவீனமனதின் நேரடியான எழுத்து. . .

புனிதத்தால் கட்டமைக்கப்பட்ட பொய்களை எளிமையாக உடைத்து உண்மையை உணர்த்துபவை.

நான் எழுத முடியாமல் இருக்கும் பல உண்மைகளைச் சொல்பவை.

@arattaigirl

ஆண்களுக்கு சிரிப்பையும்
பெண்களுக்குப் புன்னகையையும்
தருபவை அராத்து ட்வீட்கள்.

@sudarkodii

அரிய நடையில் எளிய மொழியில் தெளிவான கருத்துகள் சொல்லும் இயல்பை மீறிய கீச்சுகள் அராத்துவினுடையது.

the princess @rajakumaari

இலக்கியப் பூச்சுக்கள் இல்லாத அட போட வைக்கும் அன்றாடம் எல்லோரும் அனுபவிக்கும் விஷயங்களை ட்வீட்டாக பகிர்ந்து பிரம்மிக்க வைப்பார்.

@yamunaS_

கொஞ்சமாவது யோசிக்காமல், புன்னகைக்காமல் (என் கோவப்படாமல்) அராத்தின் ஒரு கீச்சை கூட கடந்துவிட முடிவதில்லை.

சுஜாதா இருந்திருந்தால், ஹைக்கூ தேடி ஜப்பான் போயிருக்க மாட்டார் #அராத்து ட்வீட்ஸ்.

பதிவாக, கட்டுரையாக போடவேண்டிய விஷயத்தை அரை வரியில் எழுதிவிட்டாரே என்று ஒரு பதிவராக இவரை வெறுத் திருக்கிறேன்.

@miruthulaM

உண்மைகள் யதார்த்தமாக, காமம் காதலாக, செய்திகள் சம்பவங்களாக மாறுகின்றன, அராத்தின் எழுத்தில்

உண்மையில் இதான் நான் எப்போவும் உணர்வேன் அராத்துவின் கீச்சுக்களில்.

■

அராத்துரை

கார்க் டூரை முடித்து விட்டு நானும் சாருவும் ஷதாப்தி எக்ஸ்ப்ரஸில் வந்து கொண்டு இருக்கையில், அப்போது தான் பிரபலமாகியிருந்த ட்விட்டரில் ஏன் சாரு உங்களுக்கு அக்கவுண்ட் இல்லை எனக் கேட்டேன். அப்போது அவருக்கு ஃபேஸ்புக்கில் அக்கவுண்ட் இருந்தது. அது என்னன்னு தெரியலையே என்றார். எனக்கு இரண்டிலுமே அக்கவுண்ட் இல்லை. அவருக்கு ட்விட்டரில் ஒரு அகவுண்ட் ஆரம்பித்து கொடுத்து, அது எப்படி வேலை செய்கிறது என தெரிந்து கொள்வதற்காக எனக்கு ட்விட்டரில் ஒரு அக்கவுண்ட் ஆரம்பித்தாக வேண்டிய சூழ்நிலை. என்ன பெயரில் ஆரம்பிக்கலாம் என யோசித்தேன்.

பிச்சாவரத்தில் சாரு வாசகர் வட்ட சந்திப்பு என் பொறுப்பில் நடநதது. அப்போது பலர் என்னை போனில் அழைத்து பல கேள்விகளைக் கேட்டு அறுக்கையில் அனைவருக்கும் சளைக்காமல் எகிடு தகிடாக அதே சமயத்தில் சீரியஸாக அவர்கள் நினைக்கும் படி பதில் அளித்த வண்ணம் இருந்தேன். அப்போது சாரு, இவரே ஒரு அராத்து, இவரிடம் வந்து மாட்றானுங்க பாருங்க என்றார்.

அந்த நிமிடம் நினைவுக்கு வந்து அராத்து என்ற பெயரில் ஒரு அக்கவுண்ட் ஆரம்பித்தேன். ஆரம்பத்தில் மற்ற அம்சங்களை நோண்டிப்பார்க்காமல் ட்வீட்கள் மட்டும் தொடர்ந்து போட ஆரம்பித்தேன். நான் பலரை ஃபாலோ செய்ய ஆரம்பிப்பதற்குள், ஏன் அராத்து யாரையும் ஃபாலோ செய்வதில்லை என சிலர் கேட்க ஆரம்பித்தனர். ஹை, இது நல்லாருக்கே என யாரையும் ஃபாலோ செய்யாமலேயே விட்டு விட்டேன். அது பல விதங்களில் நல்லதாகவும் போனது. ஃபாலோ செய்வதில்லையே தவிர அவ்வப்போது நூல் பிடித்துப்போய் பலரது ட்வீட்களையும் படித்து விடுவது உண்டு. நன்றாக எழுதும் பெண் ட்விட்டர்களுக்கு மட்டும் மெயிலில் வாழ்த்து சொல்லிவிடுவதும் உண்டு, ஹி ஹி. ட்வீட் போட ஆரம்பித்து கிட்டத்தட்ட ஒரு வருடம் சாரு தான் அராத்து என்ற பெயரில் எழுதுகிறார் என்ற பேச்சு இருந்தது. முதன்முதலில் எழுத வருபவனுக்கு இதை விட பெரிய பாராட்டு வேறென்ன இருக்க முடியும்?

நான் ட்வீட் போட ஆரம்பித்த அடுத்த வாரத்திலேயே விகடன் என் ட்வீட்டை வலைபாயுதேவில் போட்டு உற்சாகப்படுத்தியது. தொடர்ந்து பல வாரங்கள் அந்த உற்சாகம் விகடன் மூலம் கிடைத்துக்கொண்டேயிருந்தது. சாரு ஆன்லைனில் சாரு ஆரம்பத்தில் என் ட்வீட் லின்க்கை கொடுத்து பலருக்கும் தெரிய வைத்தார்.

சரவணகார்த்திகேயன், அவர் எழுதும் ட்வீட் சம்மந்தப்பட்ட கட்டுரைகளில் எப்போதும் மறக்காமல் என் பெயரை குறிப்பிடுவார். அதுவும் உற்சாகம்தான். அவர் எப்போதும் ஒரு பெண் ட்வீட்டரை புகழ்ந்து எழுதி அடுத்த வரியில் என் பெயரை எழுதுவதால், பேலன்ஸ் செய்வதற்காக நம் பெயரை உபயோகப்படுத்துகிறாரோ என சந்தேகம் தலை தூக்கும். சரி அதற்காகவே இருந்தாலும் நம் பெயரைத்தானே சொல்கிறார் என சமாதானம் அடைவேன் :-)

ஆரம்ப காலத்தில் நவீன் (navi_n) என் ட்வீட்டின் மேல் காதலாக இருந்தார். செந்தில்நாதன் (sk) இல்லையென்றால் இந்த ட்வீட் தொகுப்பு எனக்கு கிடைத்திருக்குமா என்பது சந்தேகம்தான். நள்ளிரவில் அவருடைய தலையாய பணியான, பெண்களிடம் சாட்டில் மொக்கை போடும் வேலைக்கு இடையிலும் கஷ்டப்பட்டு என் ட்வீட்டுகளை பேக்கப் எடுத்து கொடுத்தார்.

அராத்து செக்ஸியா ட்வீட் போடறான் என சில ஆண்களே முக்காடு போட்டுக்கொண்டு என் ட்வீட்களை படித்து சீன் போடுகையில், என்னுடைய பல ட்வீட்களை தைரியமாக ரீட்வீட் செய்த பெண் ட்வீட் டர்கள் அளித்த உற்சாகமும் அதிகம். ஆண்கள்தான் என்னிடம் மெசே ஜிலோ பொதுவிலோ என் ட்வீட்டைப்பற்றி மூக்கு சிந்தியுள்ளனர். இது வரை ஒரு பெண்ணும் என்னிடம் புகார் சொன்னதில்லை. மெயிலிலும் மெசேஜிலும் பாராட்டியவர்கள்தான் அதிகம்.

கார்த்திக் பிச்சுமணி, சூர்யகுமார், பிரவீண், ஞான பாஸ்கர் ராஜா மற்றும் சாம் நாதன் என் ட்வீட்டைபப்ற்றி என்னிடம் தனிப்பட்ட முறையில் உரையாடி உற்சாகப்படுத்தியுள்ளனர். பல்வேறு கால கட்டங்களில் பல்வேறு ஐடிக்கள் என் ட்வீட்டை தொடர்ந்து ரீட்வீட் செய்யும். பிறகு அந்த ஐடிக்கள் காணாமல் போய் வேறு சில ஐடி க்கள் வரும். அவ்வப்போது உற்சாகப்படுத்த பல புது ஐடிக்கள் வந்த வண்ணமேயுள்ளன.

சாரு வாசகர் வட்ட நண்பர்கள் தொடர்ந்து கொடுத்து வந்த உற்சாகமே ட்வீட்டைத்தாண்டி தற்கொலை குறுங்கதைகளுக்கு கொண்டு சென்றது.

ரொம்ப நாட்களாகவே என் ட்வீட் தொகுப்புகளை புத்தகமாகப் போட வேண்டும் என்று என் மீது அன்பு கொண்ட நண்பர்கள் ஏத்தி விட் டுக்கொண்டேயிருந்தனர். எவ்வளவு நாட்களுக்குத்தான் ஒருவனுக்கு ஏறாமலேயே இருக்கும்? இதோ புத்தகமாக உங்கள் கையில்.

எனக்கு இலக்கியவாதிகள் என்றால் கொஞ்சம் அலர்ஜி. சாருவிடம் முதலில் அந்த அலர்ஜி நீங்கியது. அவர் எனக்கு நண்பர்தான். இலக்கியவாதியிலும் கவிஞர் என்றால் எக்ஸ்ட்ரா அலர்ஜி இருக்க த்தானே செய்யும்? அதனால் மனுஷ்யபுத்திரன் மீது அலர்ஜி இருந்தது. அவர் ஃபேஸ்புக்கில் போடும் பதிவுகளைப்பார்த்து கொஞ்சம் நம்பிக்கை வந்தது. நேரில் சந்தித்ததும் அவரும் ''நண்பராகி'' விட்டார். புத்தகம் போடுவது என்பது மிகவும் கஷ்டமான சூழ்நிலையில் போய்ப் பார்த்து பேசியவுடன், ஒரு மறுப்பும் சொல்லாமல் உற்சாகமாக சம்மதித்தார்.

ட்விட்டர் உலகில் உற்சாகத்துக்கு பஞ்சமே இல்லாமல்தான் போய்க்கொண்டு இருக்கிறது. அனைவருக்கும் நன்றி.

என்னை சோர்வுறச்செய்யாமல் பல வழிகளில் உற்சாகப்படுத்திக் கொண்டிருக்கும் நண்பர்கள் அனைவருக்கும்

நன்றி.

ரா. கண்ணன்	தோட்டா
செந்தில்நாதன்	ஆர்த்தி
சார்லஸ்	ஜெயஸ்ரீ
கருந்தேள்	திருமாறன்
அரட்டை கேர்ள்	போக்கிரி
நவீன்	ப்ரியா கல்யாணராமன்
சரவணகார்த்திகேயன்	மதன்
ராஜராஜன்	கௌதம் வாசுதேவ் மேனன்
யமுனா	வஸந்த்
மிருதுளா	பார்த்திபன்

ராஜாராமன்	மதுமிதா
ஷோபா சக்தி	அஞ்சனா
அசோகன் நாகமுத்து	கலீல்ராஜா
தோட்டா	சுகுணா திவாகர்
சோனியா	ஹாஸிஃப்கான்
சந்திரா	எஸ். கே. பி. கருணா
தமிழச்சி	ஜெயசிம்ஹா
தமிழரசன்	ரமேஷ்
ஆண்டனி	ரமேஷ்
அழகிரி	ரம்யா
கோபிநாத்	தீபக்
சரண்	குரு
சுதாகர்	சக்தி
கோபால கிருஷ்ணன்	சுடர்கொடி
சுபாஷ்	ஆர். கார்த்திக்கேயன்

■

to

இமயாஸ்ரீ

ஆழிமழை கண்ணன்

who kindled the love in me

தன்னை கவனித்துக் கொள்ளச் செய்வதன் மூலம் சலிப்பான வீட்டு வேலைகளில் இருந்து அம்மாவுக்கு விடுதலையளிக்கின்றன குழந்தைகள்

புத்தனாவது காந்தியாவது, அழுதுகொண்டு அடித்தவரிடமே அடைக்கலம் தேடும் குழந்தையை தாண்டி யாரிடம் கற்றுக்கொள்ளப்போகிறீர்கள்.

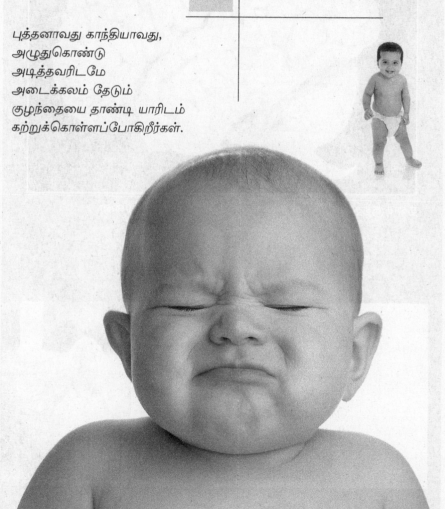

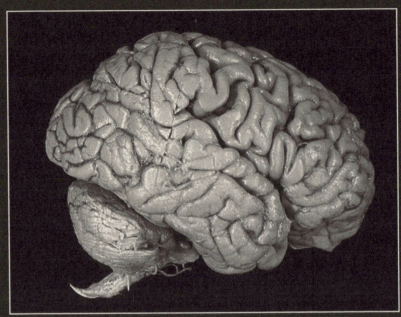

தனக்குத்தானே பெயர் வைத்துக் கொண்டது மூளை.

குழந்தை படம் போட்ட விளம்பர போஸ்டரில் "காணவில்லை" என்பதற்கு பதில் 'தொலைத்து விட்டோம்" என்றுதான் தலைப்பு இருக்க வேண்டும்.

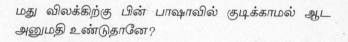

மது விலக்கிற்கு பின் பாஷாவில் குடிக்காமல் ஆட அனுமதி உண்டுதானே?

ஜெமோ வாக்கியம் வாக்கியமாக அடிக்கும் keyboard வைத்திருக்கின்றாராமே?

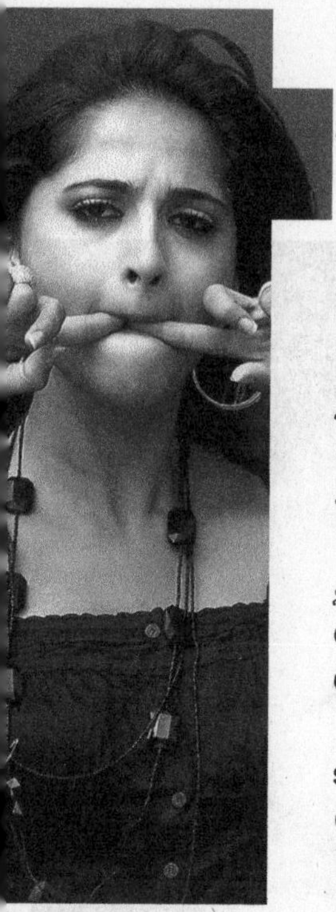

தமிழனுக்கு நடிகைகள் மீது மோகம் என்பது தவறு. make up போட்ட பெண்கள் மீது என்பதே சரி.

red label j & 100 gm red label விஸ்கி - 750 ml (1 full). bangalore super market ல் மளிகை கடை லிஸ்ட்.

நம்பிக்கை துரோகம் என்பது இயல்பானது. நம் சோம்பேறித்தனத்தால் பெயர் சூட்டப்படுவது. அளவில்லா சக்தியை நமக்கு மீண்டும் அளிக்கவல்லது.

தண்ணி அடிச்சிட்டு குதிரையை ஓட்டிட்டு போனா drunken driveனு போலீஸ் புடிக்குமா? அட குதிரைக்கும் quarter ஏத்தலாம் இல்ல?

sundayக்கு பிறகு tuesdayனு declare பண்ணிடலாம்னு தோணுது.

ஒவ்வொரு ஜாக்கட்டோட வெற்றிக்கு பின்னும் ஒரு பிரசியர் இருக்கிறது.

பாவம் ஆண்கள். ஒரு அனுபவம் என்கிற அளவில் கூட கற்பழிக்கப்படுவதற்கான பாக்கியம் இல்லை.

கள்ளக்காதலும் கள்ள உறவும் ஒன்றா?

கள்ளக்காதலில் சம உரிமை உண்டா? இல்லை அதிலும் 33% இழுபறிதானா?

உதட்டில்
கொடுப்பதுதான்
முத்தம்.
மற்றதெல்லாம்
சத்தம்.

இதுவரை அதிகம்
முத்தம் பெறப்படாத
பகுதி
மூக்கு என்பது என்
அனுமானம்.

நான் sex ல் weak என்பது
எவ்வளவு குழப்பமான
வாக்கியம் !!

pubல் ஷூ போடாமல்
நுழைய அனுமதி இல்லை.
ஆனால் ஜட்டி போடாமல்
நுழையலாம்.

RAC move
ஆகவில்லை.
பக்கத்து சீட்
பைங்கிளி யாவது
conform ஆகிறதா
பார்க்கலாம்.

போதையின் உச்சத்தில் கடவுளின் கிட்டத்தில்
இருக்கிறோம். சாத்தானின் குரல் last order
என்று சொல்லி கீழே இழுத்து விடுகிறது.

ரயிலில் பயணம் செய்யும்போது
ஒருவர் மரணம். EQல்
டிக்கெட் வாங்கியிருப்பாரோ?

ஒரு நல்ல விபச்சாரி
கடைசியில்
யாருக்கேனும் மனைவி
ஆகிவிடுகிறாள்.

N R I: Never Return to India

சென்னை வந்து பல
ஆண்டுகளாகியும்
உங்க native எது என்று
கேட்பவர்களிடம்
கூறுகிறேன் native ஐ
விடுங்கள் சென்னை
எனக்கு alter native.

நல்ல போதையில் ஸ்ரீரங்கபட்டினம்
காவிரி ஆற்றில் நள்ளிரவு 1 மணிக்கு
குதிக்கிறேன்.   DRUNKEN DIVE !

நமக்கு செலவு செய்ய நயன்தாரா
போல girl friendம்,
girl friendக்கு மௌண்ட்பேட்டன்
போல கணவனும் அமைந்தால்
நன்றாயிருக்கும்.

இந்த blue cross
மெம்பர்ஸ் எல்லாம்
வெஜிடேரியனா?

ஃபோர் ப்ளே, ஃபோர் ப்ளேன்னு சொல்றாங்களே, நாலு பேர் சேர்ந்து விளையாடுறதா?

இந்தியா - சேமிக்கும் பொருளாதாரம். காதலி - செலவு வைக்கும் பொருளாதாரம். இந்த முரண்பாடால்தான் இந்தியாவும், காதலும் உருப்பட மாட்டேங்குது.

இறுக்க கட்டிபுடிச்சி முத்தம் குடுத்தா கூட உணர்ச்சியே இல்லை. எல்லாம் நடிப்பு என பேட்டி. ஆனால் அண்ணனும் தங்கையும் ஜோடியாக 'நடிக்க' மாட்டார்கள்.

ஏன் போஸ்ட் ப்ளேவை பத்தி யாருமே பேச மாட்டேங்கறாங்க?

அறிவாளிங்க எல்லாம் ரொம்ப அறிவாளிங்களாகி முட்டாள் மாதிரி நடிக்க ஆரம்பிச்சிட்டாங்க. நிறைய காதலிகள் கிடைக்கணுங்கிறத்துக்காக.

பெண்ணின் உச்சகட்ட மடத்தனம் ஆண் ஒரு அற்புதமான படைப்பு என தெரியாமல் இருப்பதுதான்.

ஆணின் உச்சகட்ட புத்திசாலித்தனம் பெண் ஒரு அற்புதமான படைப்பு என புரிந்து வைத்திருப்பதே!

தேவதைக்கு ஆண்பால்
இல்லை. சாத்தானுக்கு
பெண்பால் இல்லை.

அக்கா
பாக்கெட்ல
என்னா இருக்கு?
சிறுவன் கேட்ட
கேள்விக்கு
நழுவுகிறாள்
ஆண் சட்டை
போட்ட பெண்.

திரையரங்கில்
பக்கத்து சீட் பெண்ணின் இடுப்பில் விளையாடிக்
கொண்டிருந்தவன் வெடுக்கென கையை எடுத்துவிட்டான்...
இடைவேளை.

ட்வீட் ஐ எப்பயோ கண்டுபுடிச்சி
ட்டாரு திருவள்ளுவர். ட்விட்டர்
கண்டுபுடிக்க இவ்வளோ லேட் !!

டாஸ்மாக் சரக்குக்கு தமிழ்ல
பேர் வச்சா கலால் வரி ரத்துன்னு
அறிவிப்பாங்களா?

இலக்கிய கூட்டம் நடக்கும்
இடத்தையெல்லாம் எப்படி
தற்கொலை செய்து கொள்ள
வசதியாக தேர்வு செய்கிறார்கள்? -
கேணி, மொட்டைமாடி!!

காந்தியை நேசிப்பவர்களுக்கு
காந்தியிசமும் பிடிக்கும். ஆனால்
பெண்களை நேசிப்பவர்களுக்கு
ஏன் ஃபெமினிஸம்
பிடிப்பதில்லை?

நான் full மீல்ஸை limit ஆகவும்,
limited மீல்சை full ஆகவும்
சாப்பிடுகிறேன்.

private : CTC & Cost To Company..... govt : CTC & Cost To Corruption

பெண்ணியத்தை ஆதரிப்பது,
எதிர்ப்பது - வழிதான் வேறு வேறு.
நோக்கம் ஒன்றுதான்,
அது - பெண்களை கவர்வது.!

பெங்களூர் pubல் இன்று ladies night. 2 peg இலவசம் என்று போட்டிருந்தது. சென்னையில் daily ladies night தான் என நினைத்துக்கொண்டேன்.

இளம் பெண்களுக்கு மழையில் நனைய பிடிக்கும் என்பது myth. பெண்கள்தான் அதிகம் குடை வைத்திருக்கிறார்கள்.

பெங்களூர் க்ளைமேட் முன்போல இல்லை. பெங்களூர், சென்னை - 147 போல உள்ளது.

சினிமாவில் வருவதுபோல் நிஜத்தில் போலீஸின் உறவினர்கள் கடத்தப்பட்டதாகவோ, கொலை செய்யப்பட்டதாகவோ நியூஸ் பார்த்த கவனம் இல்லை.

புகை பிடித்தால் கேன்சர் வருமாமே. புகை மட்டும் வருவது போல ஒரு சிகரட் கண்டுபிடிக்க கூடாதா?

பெண்கள் எதை காட்டினாலும் ஆண்களுக்கு பிடிக்கும். அன்பு உட்பட.

தன்னை கூகிளில் தேடுபவர்களைப் பார்த்து மேலுலகில் சிரித்துக் கொண்டு - கொலம்பஸ்.

வேலை செய்யும்போது குடிக்ககூடாது என்பவர்கள், குடிக்கும்போது செய்யும் வேலைகளை மறந்து விடுகிறார்கள்.

tv, remote, mobile, ration card என அனைத்திற்கும் cover போடும் தமிழனுக்கு ஒரு விஷயத்திற்கு மட்டும் போட பிடிக்காது.

சினிமாவுல நடிச்சா CM ஆகலாம்- இது பழசு. CM ஆனா சொந்த பந்தங்கள்லாம் சினிமால நடிக்கலாம், பிரடியூஸ் பண்ணலாம் # வாழ்க்கை ஒரு வட்டம்.

புது லேப்டாப் ஸ்டார்ட் ஆகவில்லை. கால் செண்டருக்கு கால் செய்தால் ரீ ஸ்டார்ட் செய்ய சொல்கிறார்கள்.

தன்னுடன் விவாகரத்தான பெண்ணோடு ஒரே அறையில் தங்கினால்(!) போலீஸ் பிடிக்குமா?

online facilityயால் தாமதமாகும் ஒரே விஷயம் திருமணம்.

பெண்கள் காரோட்டும் போது gear மாற்றும் சமயம் அவர்களுக்கு ஏதேனும் நகைச்சுவையாக தோன்றுமா?

முன்னல்லாம் பெண்கள் செருப்பால் அடிப்பேன்னு சொல்வாங்க. கல்வியில் முன்னேறி இப்பல்லாம் ஐ டு லவ் யூ னு செல்றாங்க.

மாப்பிள்ளை கிடைப்பதற்கு முன்பே சீர் செனத்தி, கல்யாண purchase - ஆடி தள்ளுபடியாம்.

எப்பேர்பட்ட முன்னணி பாடகரும் சினி ஃபீல்டுக்கு வந்தால் பின்னணி பாடகர் ஆகிவிடுகிறார்.

ம்ம். . காந்தி
காலத்தில்
ட்விட்டர் இருந்திருந்தால்
ஜின்னா, நேதாஜி,
இங்கிலாந்து
ராணி எல்லாம்
அவரை ஃபாலோ
பண்ணியிருப்பாங்க.

எழுத்தாளர்களுக்கு சுதந்திரம் கொடுக்கும் பெரிய மனது படைத்த ஒரே ஆள் சினிமா டைரக்டர்.

இரண்டாவது படமும் சூப்பர் ஹிட் ஆகும் சூட்சமம் புதிய அஸிஸ்டெண்ட் டைரக்டர் செலெக்‌ஷனில் உள்ளது.

விலைமாது எக்ஸ்ட்ரா கேட்டால் முகம் சுளிக்காதீர். சர்வீஸ் டாக்ஸ் மற்றும் எஜூகேஷன் செஸ் என சமாதானமடையுங்கள்.

பெண்கள் ஆண்களிடம் எதிர்பார்ப்பது செக்யூரிடியாம். அதனால்தான் சமயத்தில் அவுட்சோர்ஸ் செய்துவிடுகிறார்கள்.

விஜய் அஜீத்துக்கு
தான் படம் ஓட
மாட்டேங்குதே,
விஜய்
கரகாட்டாரனையும்,
அஜித்
சின்னதம்பியையும்
ரீ மேக் செய்து
நடித்தால் என்ன?

அஞ்சல் துறையை
நவீனப்படுத்துவதாக
சொல்லி பல கோடி
செலவில் லோகோ
வை மாற்றியதோடு சரி.
இதுதான்டா போஸ்ட்
மாடர்னிஸம்.

குக்கிராமத்தில் ஒரு
பெண்ணை சைட்
அடித்தபோது
அவள் கேட்டாள்
- ஏன் இப்பிடி
அதிசயமா பாக்கறீங்க?
எங்கிட்ட மட்டும்
மூனா இருக்கு.

இவ்வளோ பெரிய உலக வங்கியோட ஒரு ATM கூட கண்ல பட மாட்டேங்குது.

பர்ஸனல் லோன் வேண்டுமா என செல்லமாக குழைந்தவளிடம், செல்லம் நீ பர்ஸனலா குடுக்கறதுன்னா குடு என்றேன்.

புல்லு குடுத்தா பாலு குடுக்கும் உன்னல முடியாது 'தம்பி' பாடல் இசைக்கிறது. 'தங்கச்சி' என்று தானே இருக்க வேண்டும்?

my computer, my documents என சொல்லும் மைக்ரோசாஃப்ட் ஏன் my recycle bin என்று சொல்ல வில்லை?

அதிர்ச்சியடையக் கூடாது. ரஜினியின் அடுத்த படத்தோட ஹீரோயின் ஸ்ருதி ஹாசனா கூட இருக்கலாம்.

மனிதர்களும்
முட்டையிட்டு
குஞ்சிபொறிக்கும்
இனமாக இருந்தால்
நன்றாயிருக்கும்.

உதவி இயக்குனர்களே சூர்யாவின் கால்ஷீட் வேண்டுமா? அஜீத், விஜய் - விக்ரமிடம் நிராகரிக்குமாறு ஒரு கதை சொல்லுங்கள்.

நாரத கான சபா
போல ஐ நா ச
பையிலும் நாட
கங்கள்தான்
நடக்கின்றன.

நம்ம ஊர் சாஃப்ட்வேர் புலிங்களால ஏன் ஒரு ஆபரேடிங் சிஸ்டமோ, ஒரு ஆர் டி பி எம் ஸ் -சையையோ உருவாக்க முடியவில்லை?

affected by love virus? use aunty virus.

கூட்ஸ் வண்டியில சீசன் டிக்கட் தராங்க போல - ரேஷன் அரிசி கடத்தறதுக்கு.

அரசு கேபிள் டி. வி அடக்கமாக இருக்கிறதா? அல்லது அடக்கமாகி இருக்கிறதா?

எழுத்தில் செக்ஸ் தூக்கலாக இருக்கிறது என்கிறார்கள். செக்ஸ் என்றாலே தூக்கலாகத்தானே இருக்கும்.

சாப்பிட மறுக்கும் குழந்தையிடம் போராடும் அம்மாவை எப்படி சாப்பிட வைப்பது?

இந்தியாவில் டிஃபன்ஸ் மினிஸ்டிரி. பாகிஸ்தான் மற்றும் யு. எஸ் ல் அஃபன்ஸ் மினிஸ்டிரி.

மிடில் க்ளாஸ் ஃபேமிலியில் உணவு - ஓல்ட் ஈஸ் COLD.

ஆண்களுக்கு பட்டன், ஜிப் - கொக்கி எல்லாம் முன்னாடியே இருக்கு பெண்களுக்கு பின்னாலும் இருப்பதில் எதேனும் தந்திரமோ?

பாய் ஃப்ரெண்டிடம் திறந்து காட்டுவது வேண்டுமானல் பெண்களின் உரிமையாயிருக்கலாம். செல்போனில் படமெடுக்க அனுமதிப்பது மடமையல்லவா?

காதலுக்காக, காதலை தவிர, வேறு எதையும் இழக்க தயாரில்லை- காதலர்கள்.

எனக்கு ராக்கி கட்ட வேண்டுமானால் ஒரே கண்டிஷன் தான். 18 வயதில் மகள் இருக்க வேண்டும்.

நடிகை என்றாலே கவர்ச்சிதான். அப்புறம் என்ன கவர்ச்சி நடிகை?

தமன்னா அவ்வளோ வெள்ளைன்னு சிலாகிக்கிறாங்களே, அவங்கள வச்சி கறுப்பு வெள்ளையில் சினிமா எடுக்கலாமே?

பெண்ணை திருப்திப்படுத்த மாத்திரை தேடி அலைய அலைய வேண்டாம் உண்மையாக நெற்றியில் முத்தமிடுங்கள் போதும்.

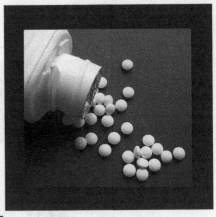

sexக்கு முன்பும் பின்பும் வேறு வேலை வைத்துக் கொள்ளாதீர். sexயே வைத்துக்கொள்ளுங்கள்.

அடிக்ஷனின் உச்சகட்டம் - ஓரல் செக்ஸின் போது சிகரட் பிடிப்பது. மேக் அப் பின் உச்சகட்டம் - ஓரல் செக்ஸின் போது லிப்ஸ்டிக் போடுவது.

காதலியோ, காதலனோ இல்லாதவர்கள் என்ன செய்வதென்று தெரியாமல் தீர்ப்பு வழங்க ஆரம்பித்து விடுகிறார்கள்.

கல்யாண வீடியோ கேஸட்டில் முதல் இரவையும் சேர்த்தால் சற்று சுவாரசியமாக இருக்கும்.

தங்கையின் தோழியை தங்கை போன்றே நினைக்கவேண்டுமாமே. மனைவியின் தோழியை?

அவனவன் திருமண திற்கே பெண் கிடைக்காமல் அலைகிறான். இந்த blue film பார்ட்டி களுக்கு மட்டும் எப்படி விதவிதமாய் பெண்கள் மாட்டுகிறார்கள்?

ஒருவேளை கல்யாணத்தன்னிக்கு நைட், ஃபர்ஸ்ட் நைட்டாக இருப்பதால்தான் பத்திரிக்கை மஞ்சள் கலரில் இருக்கிறதோ?

ஓட்டு போடாத
மேல்தட்டு
மக்களுக்காக கூலி
வங்கிக்கொண்டு
ஓட்டு போடும்
கீழ்தட்டு மக்கள்.

கள்ளக்காதல் பிரச்சனையை ஏன் இந்த வெளியுறவுத் துறை அமைச்சர் கண்டுக்கமாட்டேங்கறாரு?

எது எதுக்கோ ட்ரையல் பார்க்கிறீர்களே? பாடையில் ஏறிப் படுத்து பார்த்திருக்கிறீர்களா?

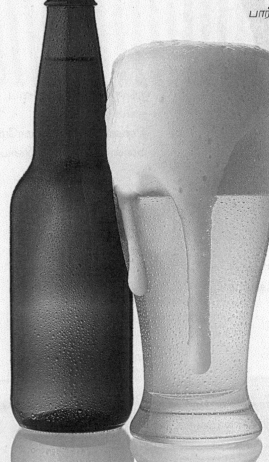

ஆத்தினா நுரை வருவது காபி. ஊத் தினாலே நுரை வருவது பீர்.

கலவிக்கு அழகும் கற்றுணர்ந்து அடங்கல் தான்.

இலக்கியத்தில் 'யோனி' 'முலை' போன்ற வார்த்தைகள் அடிக்கடி பயன்படுத்தப்படுவதை போல ஏனோ முக்கியத்துவம் இல்லை ஆண்குறிக்கு.

கடமையை செய். பலனை எதிர்பார்க்காதே! - ஆணுறை உபயோகிக்கவும்.

மெழுகு தடவிய ஆப்பிளின் காம்பை பார்க்கும்போது பற்ற வைக்கலாம் எனத் தோன்றுகிறது.

திருக்குறள் விமர்சனம், நாலடியார் விமர்சனம் எல்லாம் அந்த காலத்தில் இருந்திருக்குமா?

team work works. but team never works.

ஏன் ரயிலில் பெண் டிக்கட் பரிசோதகர்கள் இல்லை?

நீங்கள் யார் என்ற கேள்விக்கு தான் எங்கே வேலை செய்கிறேன் என்பதை பதிலாக கூறுமளவிற்கு தனித்தன்மை இழந்து நிற்கும் Indian.
MNC புரட்சி

திருமணமான பின் நான் இறந்து விட்டால் என ஆண்கள் திட்டமிடுவது போல பெண்கள் திட்டமிடுகிறார்களா?

லேடீஸ் ஹாஸ்டலுக்குள்
நுழைந்தேன்,
சத்குரு சொன்னது சரிதான்
- அத்தனைக்கும் ஆசைப்படு.

கைனகாலஜிஸ்ட் கிட்ட குழந்தை
வேணும்னு கேக்கலாம்.
செக்ஸாலஜிஸ்ட் கிட்ட போய்
பொண்ணு வேணும்னு
கேக்க முடியுமா?

கடவுள்களுக்கு ரொம்ப நாட்களாக
ஏன் குழந்தை பிறக்கவில்லை?

கறுப்பழகு cream விற்றால்
வெள்ளைக்காரர்களிடம் பிய்த்துக்
கொண்டு போகுமா?

முச்சுமுட்டும் போதையில்
முத்தமிட ஆசைதான்.
போனால் போகட்டும், 2nd shift
முடித்து தூங்குகிறான் கணவன்.

முதல்
இரவைப்போல்
கடைசி இரவும்
ஞாபகத்தில்
இருக்குமா?

குழந்தையின்
கனவில் நுழைந்தால்
வெளியேறவேத்
தோன்றாது என
நினைக்கிறேன்.

திருமணத்திற்கு முன்பு செக்ஸ்
உண்டா என சர்வே. ஆண் -
40%ம், பெண் 15 %ம். கணக்கு
உதைக்குதே?

காதல் வித்தியாசமானது
தான். திருமணத்திற்கும்
காரணமாகிறது- விவாகரத்திற்கும்
காரணமாகிறது.

shatapti express...
coach C1....
5 அழகான பெண்கள்.
C1 இப்போ C5.

கறுப்பு ஜெயலலிதான்னு யாராவது கிளம்ப வாய்ப்பு இருக்கா?

வரதட்சணை வாங்குபவன் ப்ரீபெய்ட் கணவன். விவாகரத்து வாங்குபவள் போஸ்ட் பெய்ட் மனைவி.

சாட்சி சொல்ல வருபவர்களையும் ஏன் குற்றவாளி கூண்டில் ஏற்றுகிறார்கள்?

டிரஸ் கோடிற்கும் யூனிஃபார்முக்கும் என்ன பெரிய வித்தியாசம்?

ராகுல் காந்தி ஒரு சீனா பெண்ணை திருமணம் செய்து அவரையே பிரதமராக்கி விட்டால் பிரச்சனை தீர்ந்தது.

நல்லகாலம் காந்தி பிரம்மச்சரியத்தை கடைபிடிக்கவில்லை. குஜராத்தில் செக்ஸ் விலக்கு அமலாகியிருக்கும்.

உன்னிடம் நான் கன்னித் தன்மையை இழந்தது ஒருமுறை. பெற்றது பலமுறை.

சம உரிமை என்ன
முழு உரிமையும்
எடுத்துக்கொள்
படுக்கை உட்பட.

பாய் ஃப்ரெண்டோ, கேர்ள் ஃப்ரெண்டோ பகிர்ந்துகொள்ள எவ்வளவோ இருக்கையில் முன்னுரிமை கொடுக்கப்படுவது படுக்கைக்கு.

இழந்த கன்னித்தன்மையை திரும்ப பெற முடியாதவாறு கடவுள் ஏன் வைத்திருக் கிறார்? திரும்ப பெறுவதும் இழப்பதற்காகவே என்பதால் இருக்குமோ?

ஆண் ஆடை அவிழ்த்தால் ஆணின் ஆடை மட்டுமே அவிழ்கிறது. பெண் ஆடை அவிழ்த்தால் தேவையில்லாமல் குடும்பத்தின் ஆடையே அவிழ்க்கப்படுகிறது.

எப்பாடு பட்டேனும்
த்ரிஷாவை
என்னுடய
boy friend
ஆக ஆக்கிக்
கொள்ளலாம் என
உள்ளேன்.

எனக்கான அன்பை நீ தேவையில்லாமல் சமயலறையில் புதைத்து வைத்திருக்கிறாய்.

அமிதாப்பச்சனின் சக்தியை முடிவு செய்ய இவர்கள் யார்? காண்டம் விளம்பரத்தில் மட்டும் நடிக்க அவருக்கு வாய்ப்பு வழங்கப்படவில்லை.

விரகதாபத்திற்கும் உலகம் வெப்பமாவதற்கும் ஏதேனும் சம்மந்தம் உண்டா?

சஷி தரூர், பிரகாஷ் ராஜ், அசாருதீன் எல்லாம் பார்த்தா தன்னம்பிக்கை வருது. மனம் தளர வேண்டாம். நமக்கும் காலம் வரும்.

தாலி கட்ட பிராக்டிஸ் செய்து கொண்டிருந்தான் நண்பன். பெண்ணை நினைத்து பார்த்தேன். குனிந்து குனிந்து பிராக்டிஸ் செய்து கொண்டிருப்பாளோ!

பெண்ணைப்பற்றி
பேசினாலே சீறி
வரும் கிழவர்களே,
உங்களுக்கு இன்னுமா
பாவம் கேர்ள் ஃபிரண்டு
கிடைக்கவில்லை?

ஆண்கள் பெண்களுக்கு
கவர்ச்சித்தொல்லை
கொடுப்பதில்லை.

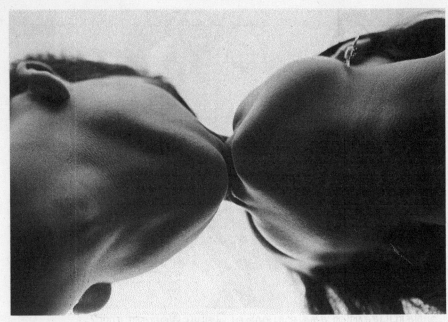

நீ கொடுத்தா ஆயிரம்
முத்தங்களில் முதல்
முத்தம் நியாபகம்
இருக்கிறதா
எனகிறாய்?
முதல் மட்டுமல்ல
அனைத்தும் மறந்து
விட்டது. மீண்டும்
நியாபகப்படுத்து.

கம்யூனிஸ்ட் கட்சிக்குள் இருந்து என்ன வேண்டுமானால் செய்யலாம். வெளியில் இருந்து கம்யூனிஸ்டாக செயல்பட்டாலும் நீங்கள் கம்யூனிஸ எதிரி.

தமிழ்நாட்டில் ஹீரோயின்களுக்கு ஏன் தெரியுமா பஞ்சம்? எல்லாம் பெரிதாக இருக்க வேண்டும் என் நினைத்து தொப்பையும் பெரிதாக வைத்திருக்கிறார்கள்.

ஒரு கிலோ அரிசி ரூ 40க்கு வாங்குகிறோம். ரேஷனில் ரூ 1. பிரியாணி ரூ 100. சாப்பாடு ரூ50. விவசாயிகள் தற்கொலை.

ராமராஜன் தான் உண்மையான தமிழ் படைப்பாளி. யாரையும் காப்பியடித்து படம் எடுக்க வில்லை.

பெருந்தன்மையா அல்லது தாழ்வு மனப்பான்மையா? வெள்ளை மாளிகைக்கு போட்டியாக எந்த நாடும் கறுப்பு மாளிகை கட்ட வில்லையே!

ஹீரோக்கள் எல்லாம் தவறாமல் ஹீரோயின்களுக்கு டிப்ஸ் தருகிறார்கள். ஹீரோக்ளுக்கு டிப்ஸ் தந்து படத்தை ஹிட் செய்யத்தான் ஆளில்லை.

ம். . . பெருசா கஷ்டப்படாத விரலுக்கெல்லாம் finger bowl வைக்கிறாங்க. . . .

விளம்பரத்தில் வரும் பெண் மாடல்கள் லேப்டாப்பை கூட குடத்தை இடுப்பில் வைப்பது போலவே வைத்திருக்கிறார்கள்.

நடந்த கொலைகளை விட நடக்காமல் போன கொலைகள் மிக அதிகம்.

திருமணத்திற்கு வயது வரம்பு இருப்பது போல விவாகரத்திற்கும் வைத்துப்பார்க்கலாமே!

இங்க் பேனாவில்
இங்க் ஊத்தும்
கடை
சென்னையில்
இருக்கிறதா?

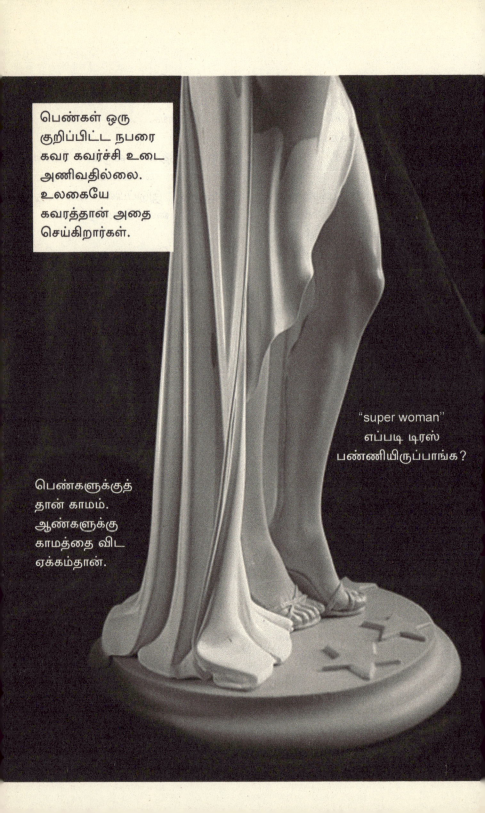

பெண்கள் ஒரு குறிப்பிட்ட நபரை கவர கவர்ச்சி உடை அணிவதில்லை. உலகையே கவரத்தான் அதை செய்கிறார்கள்.

"super woman" எப்படி டிரஸ் பண்ணியிருப்பாங்க?

பெண்களுக்குத் தான் காமம். ஆண்களுக்கு காமத்தை விட ஏக்கம்தான்.

XXX படங்கள் ஏன் 3dயில் வெளிவருவதில்லை?

ஆண் ஒரு ஜாதி. ஆண் நண்பர்களாக இருப்பவர்கள் வேறு ஜாதி.

பெண்கள் டெக்னிக்கலி வீக்கா? ஏன் இதுவரை ஒரு ஆணை கூட நியூடாக படமெடுத்து அப்லோட் செய்யவில்லை?

கமலா காமேஷ்னு ஒரு அம்மா முன்ன நடிச்சிட்டு இருந்தாங்களே, அவங்க அப்பவே சைஸ் ஜீரோ தானே?

பெண் தெய்வங்கள் மலர்கள் மீதும், ஆண் தெய்வங்கள் விலங்குகள் மீதும் வீற்றிருக்கிறார்கள். மனிதர்கள் மீது அவ்வளவு நம்பிக்கை.

ஆணாதிக்கவாதியை திட்ட கூட அவன் வீட்டு பெண்கள்தான் தேவைப்படுகின்றனர்.

கர்நாடிக் மியூசிக் கேட்கும்போது தொடையை தட்டலாம். வெஸ்டர்ன் கிளாசிக் கேட்கும் போது எதைத் தட்டலாம்?

அக்கௌண்ட்டில் பணம் இருந்தால் ஏடிஎம்-ல் பணம் இல்லை. ஏடிஎம்-ல் பணம் இருந்தால் அக்கௌண்ட்டில் பணம் இல்லை.

முதலிரவின்போது கட்டிலை பயன்படுத்தாதவர்கள் creative couple. கட்டிலில் படுத்துக் கொண்டு முதலிரவையே பயன்படுத்தாதவர்கள் minor couples.

ஃபோட்டோஜெனிக் ஃபேஸ் என்றால் ஃபிலிம் காட்ட ஏத்த ஃபேஸ் என அர்த்தம்.

சீட்டை தேய்த்து தேய்த்து சம்பாதித்த பணத்தை விட, கிரெடிட் கார்டை தேய்த்து செலவழித்தது அதிகமாகிவிடுகிறது.

எப்போது ஒரு அழகன் கைது என செய்தி வந்து ஆண் குலத் திற்கு பெருமை சேரப்போகிறதோ தெரியவில்லை.

நெல்லுக்கிறைத்த நீர் "kinley" வழி ஓடி "full"க்கும் ஆங்கே பாயுமாம்.

தொட்டு, அணைத்து, ஊறும். (ஆபாசம்ன்னு கத்தவேணாம்) மணற்கேணிதான்.

sex during the day and the rest during the night.

13 வயசு 15 வயசு என ஹீரோயின்கள் பேட்டி கொடுக்கிறார்களே, அவர்களெல்லாம் குழந்தை தொழிலாளர் சட்டத்தின் கீழ் வருவார்களா?

இப்போதெல்லாம் கல்யாணப்பரிசாக விவாகரத்தை எதிர்பார்க்கிறார்கள்.

western toilet வசதியாக இருப்பதை பார்த்து western food விஷயத்தில் ஏமாந்து விட்டோம்.

பெண்கள் வெட்கப்பட்டால் ஆடவன் கணவன் என்றும் வெட்கப்படாவிட்டால் பாய் ஃபிரண்டு என்றும் அர்த்தம்.

ரத்த தானம் செய்யவும் என்பதை முத்த தானம் என தவறாக படித்து விட்டேன். கமல் படம் போட்டிருந்தது.

'என் இனிய தோழி' என்ற சொற்பிரயோகத்தை அடிக்கடி பார்க்க முடிகிறது. ஆண் நண்பன் ஜஸ்ட் 'தோழன்' தான்.

மொழிபெயர்த்த நாவலை மீண்டும் மூல மொழிக்கே மொழி பெயர்த்தால் பல்லிளித்துவிடும் இல்லையா?

தன் தாயையும் மனைவியையும் இழுத்துப் போட்டு மிதித்துவிட்டு அடுத்தவன் மனைவிக்காக போராடுபவர்கள் பெண்ணியவாதிகள் அல்ல

ஜின் அடித்தால் ஆண்மைக்குறைவு ஏற்படும் என்றான் நண்பன். சரி உன் கேர்ள் ஃபிரெண்டிற்கு வாங்கிக்கொடு என்றேன்.

படுக்கை அறையில் கொஞ்சுவது என்பது bed manners.

மனிதர்களிடம் பேசும்போதும் syntax பயன்படுத்துபவர்களை பார்த்தால் அலுப்பாக இருக்கிறது.

ஆண்களுக்கு லெஸ்பியன் படம் பார்க்க பிடிப்பது போல பெண்களுக்கும் gay படம் பார்க்க பிடிக்குமா?

பிரேசியரை கழட்டும் எத்தனை பேர் திரும்ப போட்டுவிடுகிறீர்கள்?

டாப் 10 பணக்காரங்க லிஸ்ட் அப்பப்ப வெளியாவுதே. டாப் 10 ஏழைங்க லிஸ்ட்டும் வெளியிட்டா நல்லாருக்கும்.

என்னை காதலிச்சி பிறகு ஏமாத்திட்டான்னு கம்ப்ளெயிண்ட் கொடுக்கிறாங்களே, காதலிக்கிறதே ஏமாத்தறது தானே?

கைதிகளுக்கே சிக்கன் போடும் போது ஏழைகள் என்ன பாவம் செய்தனர்? ரேஷன் கடைகளில் சிக்கன் விற்கலாமே!

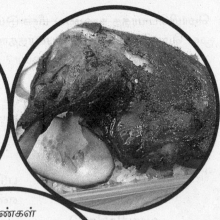

ஆண்கள் வேண்டு மென்றே திருமண நாளை மறப்பதில்லை. திருமணம் ஆகவில்லை என்ற நினைப்புடனேயே வாழ விரும்புகின்றனர்.

வெற்றி பெற்ற காதல் கவிதைகள் பலவும் கற்பனை காதலியை வைத்து எழுதப்பட் டவையாகவே இருக்கும்.

அடுத்தவன்
பொண்டாட்டிய
ரசிக்க கூடாது
என்ற உயரிய
நோக்கிலேயே(!)
திருமணமான
நடிகைக்கு ஆதரவு
தருவதில்லை
தமிழன்.

நகரத்திற்கு வந்தபின் கிராமத்து பழக்கங்களை முற்றாக மறந்த பின்னும் பாத்ரூமில் இன்னும் பாவாடையை மேலே கட்டி குளிக்கும் பெண்கள்.

சீட் பெல்ட் போடாததால் இறந்தவர்கள் காரில் அதிகம். விமானத்தில் ஒருவர் கூட இல்லை என நினைக்கிறேன்.

டாடா கம்பெனி
தலைமைக்கு ஆள் எடுக்க
சிரமப்படுகிறார்கள்.
பிரதமர் பதவிக்கும்,
முதல்வர் பதவிக்கும்
ஈஸியாக ஆள் கிடைத்து
விடுகிறது.

காலையில் கொலை.
மாலையில்
வன்புணர்ச்சி.
கரு உருவானால்
கணக்கு
நேராகிவிடும்.

ஆண்மைக்குறைவு
வைத்தியத்தில் பெண்
டாக்டர்கள் குதிக்கலாமே!
பிரச்சனையை சுலபமாக
கண்டுபிடித்து விடுவார்கள்.

தாலி கட்டி முடித்துவிட்டு,
மண்டபத்தில் இருக்கும் 1000 பேரை
தவிர்த்துவிட்டு மொபைல்
வாழ்த்துக்களை ஏற்றுக்கொள்ளும்
மணமக்கள்.
வெறி கெளம்பல?

இணையத்தில் கமல், இளையராஜா போன்ற ஆளுமைகளை பற்றி நியாயமான விமர்சனமே இல்லை. இருப்பதெல்லாம் ஒரே புகழ்ச்சி அல்லது கடுமையான துவேஷம்.

பயணமே
செல்லாமல்
பயணக்கட்டுரை
எழுதுவது
போல உள்ளது
கிழ டாக்டர்கள்
எழுதும் பாலியல்
கட்டுரைகள்.

ஒரு அழகான பெண் பல ஆண் வேலைக்காரர்களை தியாகம் செய்துவிட்டு ஒரு ஆணுக்கு வேலைக்காரி ஆக சம்மதிக்கிறாள் # திருமணம்.

மனைவி
அமைய காத்
திருக்க வேண்
டும். அமைந்த
பின்னும்
எப்போதும்
அவளுக்காக
காத்திரு
க்கத்தான்
வேண்டும்.

சிக்னலில் நிறுத்தி
ஊத
சொல்வதை விட,
போக்குவரத்து
போலீஸார்
டாஸ்மாக்
வாசலிலும்,
பார் வாசலிலும்
கொத்தாக
பிடிக்கலாமே!

ஆண்குறிக்கும்
பெண்குறிக்கும் பக்க
த்தில் ஆச்சரியக்குறி
போட்டால் என்ன
அர்த்தம்?

பைத்தியங்களில் பெண்களை விட
ஆண்களே தெருவில் அதிகம்
சுற்றுகின்றனர்.

இதயத்திற்கு ஆபத்து என மருத்துவ
மனைகள் ஓவராக கிளப்பி விடுவதை
ஒரு மார்கெட்டிங் ட்ரிக் ஆகவே
பார்க்கிறேன். # too bad

நாராயண ரெட்டியிடம் வைத் தியத்திற்கு சென்றால் side effect வருமா என்றான் நண்பன். effect டே இல்லாமதாண்டா அங்க போற என்றேன்.

இந்த டாக்டர்கள் எவ்வளவு நாட்கள்தான் ப்ராக்டீஸ் செய்வார்கள்? எப்போதுதான் உண்மையாக வைத்தியம் பார்ப்பார்கள்?

பெண்களுக்கே தெரியாமல்
அவர்களுக்கெதிராக நடந்த சதி,
நைட்டியை அறிமுகப்படுத்தியது.

ஒரே பாலினத்திற்குள்
மன்னிப்பதும்
ஏற்றுக்கொள்வதும்
ஈஸியாக நடக்கிறது.

திருமணம் செய்து கொண்டு
காதலிப்பது என்பது ஏசி
போட்டுக்கொண்டு போத்
திக்கொள்வது போன்றது.

உலகெங்கும்
ஸ்டைலுக்காக
கூட
பெண்கள் ஏன்
மொட்டையடி
ப்பதில்லை?

வெள்ளைக்காரன் போல தோல்
வேண்டும் என ஆசைப்படும் நாம்
அவனைப்போல முடி வேண்டும் என
ஏன் விரும்பதில்லை
டை வேறு அடித்துக்
கொள்கிறோம்.

இங்கு இசை ரசனை பலருக்கு இசையமைப்பாளரை விட்டு விட்டு எனக்கு ரஜினி பாட்டு பிடிக்கும், விஜய் பாட்டு பிடிக்கும் என்ற அளவில்தான்.

பப்பில் லேடீஸ் நைட்டில் கூட
எக்ஸ்ட்ரா லார்ஜ் இல்லையாம்.

ஈமெயில் ஐடி யின் பாஸ்வேர்ட்டை
ரகஸியமாக வைத்திருந்தால் பாதுகாப்பு.
ஈமயில் ஐடியையே ரகஸியமாக வைத்
திருந்தால் உச்சகட்ட பாதுகாப்பு.

வெறுங்குடமும்
தளும்பாது.

சிங்கிளாக இருக்கும்
ஒவ்வொரு
கணத்தையும்
கொண்டாடுங்கள்.
சிங்கிள் ஸ்டேட்டஸ்
காலாவதியானதும்
இதை ரீட்வீட்
செய்யுங்கள்.

பனியனுக்கும்
ஷிம்மிக்கும் என்ன
பெரிய வித்தியாசம்?
பெண் போடுவதால்
செருப்புக்கு வேறு
பெயரா இருக்கிறது?

காதல் திருமணங்கள்
விவாகரத்தி லும் முடிகிறதே
என கிண்டல் செய்வதில்
லாஜிக் இல்லை.
முடிவெடுப்பவர்களால் தான்
இரண்டையும் செய்ய முடியும்.

பேத்தியை பள்ளியிலிருந்து
அழைத்து வரச் செல்லும்
தாத்தாவிற்கும் சில பாட்டி
களும் வருவதால்தான் இந்த
வேலை சற்றே சுவாரசியமாக
இருக்கிறது.

◈

'இவ்வளவு'
பணத்தை இன்று
பேங்க்கில்
டெபாஸிட்
செய்தேன். இது
தான் இதுவரை
யாரும் கொடுக்காத
ட்வீட்.

◆

வேசியிடம் கேட்டுப்பெற பல இருந்தும்
அனைவரும் கேட்பது ஏனோ பெயரை.

◆

விதவை திருமணம்
மற்றும் உடனடி
செயல்பாடு சிறந்தது
தான். அதற்காக
கணவன் பிணம்
இருக்கும் போதே i love
you சொல்லக்கூடாது.

◆

கடைசிவரை
தம்பதியருக்குள்
சந்தேகம்
தீரவேயில்லை.
சாகும் தருவாயில்
கூட 'என்னைப்
பிடிச்சிருக்கா'

◈

பெண்கள் சிறப்பாக செய்யும் செயல்களில்
ஒன்று, வாழ்த்து சொல்லும் போது பதிலுக்கு
கொடுக்கும் ரியாக்ஷன்.

◈

அது எப்படி எப்போதும்
ஆண்கள் தான் பேன்ட்டில்
ஜிப்பை போட மறந்து
விடுகின்றனர்?

◈

தன் காதலை
மறுத்தவள் மீது
முதலில் கோபம்
வந்தாலும்,
அவளைப்போல
மகள் இருக்க
வேண்டும்
எனவும்
நினைப்பான்
சராசரி தந்தை.

விவாகரத்து கேஸ் நடந்து கொண்டிருக்கும் போது அப்ளிகேஷன் ஃபார்மில் ஹஸ்பெண்ட் நேம் எப்படி குறிப்பிடவேண்டும்?

முண்டா பனியன் முதற்கொண்டு ஆண்கள் உடையை பெண்கள் அணியும்போது குள்ள ஆண் கள் ஏன் ஹை ஹீல்ஸ் அணியக்கூடாது?

உலக மேப்பில் இடங்களை குறித்து 10 மார்க் வாங்குபவனுக்கு கண்ணம்மாம்பேட்டையிலிருந்து கொருக்குபேட்டைக்கு வழி தெரியவில்லை.

திருமணமானதும் மாப்பிள்ளை மெஸேஜ்களை டிலீட் செய்கிறான். பெண் ஸ்மார்ட். சிம்மையே மாற்றிவிடுகிறாள்.

எதிர் காலம் நிச்சயமில்லை. டேர்ம் இன்ஸ்யூரன்ஸ் எடுக்கவும். அலாரம் வைப்பதை நிறுத்தவும்.

கண்டவுடன் காதல் என நாம் உளறுவதை கேட்டால் நம்மைப் பற்றி பார்வையற்றவர்கள் எவ்வளவு கேவலமாக நினைப்பார்கள்?

ரெஸ்டாரண்டில் பேரருக்கு டிப் வைக்கும் ஞாபகத்தில் ஏர் ஹாஸ்டஸ்க்கு டிப் ரூ 20 வைத்து விட்டேன் !!!

பெண்ணின் உடல் மீது தீரா மோகத்திற்கு காரணமான அந்த ஜீன் மட்டும் இவ்வளவு கோடி ஆண்டுகளுக்கு பிறகும் துளிகூட மாறவில்லையா?

அனைத்து விஷயத்திலும் எதிரி நாட்டை வெறுக்கும் நாம் பெண்கள் விஷயத்தில் மட்டும் நம் நாட்டு பெண்களை விட அதிக ஆர்வம் காட்டுகிறோம்.

power "point" presentation என்றால் ஏதோ டபுள் மீனிங் போல இல்லை?

டேட்டிங் செல்வது தப்பில்லை என கேர்ள் ஃப்ரெண்டின் அம்மா விடம் சொன்னால் அப்பன்னா என் கூட டேட்டிங் வா என்கிறார்கள்.

திருமணத்திற்கு 1 மணி நேரத் திற்கு முன்பு வேறு ஒருவருடன் கண்டதும் காதல் சாத்தியமா?

பழைய காதலிகளிடம் மனை வியை பேச விடுவதுபோல, பழைய காதலர்களிடம் கணவனை பேசவிடுகிறார்களா?

தாவணி சேல்ஸ் குறையறதுக்கும் ப்ரேஸியர் சைஸ் குறையறதுக்கும் எதேனும் சம்மந்தம் இருக்கிறதா?

என்ன இந்த ஆண்கள். வாழ்க்கை யிலோ அல்லது படுக்கையிலோ கதற வைக்கிறார்கள்.

எனக்கு தெரிந்து முதலிரவு இயல்பாக இலக்கியத்தில் பதிவு செய்யப்படவில்லை.

பூனையை விட புலிதான் , வலி மையானது. ஆனால் பாவம் புலியைதான் காப்பாற்ற வேண்டி யிருக்கிறது. **# save tiger!**

காதலை விட கள்ளக்காதலில்தான் மிக தைரியமான முடிவுகள் எடுக் கப்படுகின்றன.

நீங்கள் பொய் பேசவில்லை என்பதாலேயே நீங்கள் பேசுவ தெல்லாம் உண்மையாகி விடாது.

வேறு ஒருவரை நினைத்தாலே கற்பு காலி என்றால் சினிமா, டீவி, இன்டர்நெட் மற்றும் பத்திரிக்கை கள் செய்வது கற்பழிப்புதான்.

பெண்களை குத்துவிளக்கு போல என்கிறோமே, ஒருவேளை நான்கு புறமும் பற்றி எறிவதாலோ?

அது என்ன 'புதிதாக திருமணம் ஆனவர்கள்?' (newly married). சமீபத்தில் திருமணமான (recently married) என்பதுதானே சரி?

ஃப்ரெண்ட்ஸாவே பிரிஞ்சிடலாம் என்கிறாய். எதிரியாகவே கூட சேர்ந்து இருக்கலாம் என்கிறேன்.

கி.மு, கி.பி போல செக்ஸ் வாழ்கையை கு.மு, கு.பி என

பிரித்து விடலாம். (குழந்தை பிறப்பதற்கு முன்/ பின்)

கடவுள் தன்னை கடவுள் என சொன்னாலும் நம்பமாட்டோம். சாத்தான் தன்னை சாத்தான் என சொல்லிக் கொள்ளாது. மனிதன் என சொல்லிக்கொள்ளுமோ?

அலோபதி, ஹோமியோபதி, ஆயுர்வேதா, சித்தா, யுனானி- மருத்துவத்துறையில் இப்படி அடித்துக் கொள்வதைபோல பொறியியல் துறையில் இல்லை.

ஷங்கர் ஒரு நீலப்படம் எடுக்க வேண்டும். அதில் என்ன பிரம் மாண்டத்தை காட்டுகிறார் என பார்க்க வேண்டும்.

ஒரு பெண்ணைத் திருமணம் செய்ய எப்படி அந்தப் பெண்ணே காரணமாகிறாளோ, விவாகரத்து செய்யவும் அவளே தான் காரணமாக வேண்டும். இன் னொருத்தி காரணமாகக்கூடாது.

ஜீன்ஸ் - ஆண்களுக்கு முன் புறமும், பெண்களுக்கு பின் புறமும் நன்றாக இருக்கிறது.

பெண்களுக்கு ஏற்ற திருமண வயது 18 என்பதை போல, அதிகபட்ச வயதையும் அரசாங்கம் அறிவித்து விடலாம்.

தான் அணிந்த உடையை தானே அவிழ்ப்பது என்ற கொடுமையை என்னவென்று சொல்வது?

தாலிகட்ட நாள் நல்லாருக்கு, கன்னி கழிய நாள் நல்லாயில் லையா? # முதலிரவை ஏன் தள்ளிப்போடுகிறீர்கள்?

நடிகைகள் நாய் வளர்ப்பதை ஒரு மாதிரியாக பேசுபவர்கள், ஜெய ராம் யானை வளர்ப்பதை ஏன் கண்டுக்கலை? # கடினமான கற்பனையோ?

ஆண்களுக்கு ஆண்குறியை பிடிக் காது. ஆண்களுக்கு சொன்ன பேச்சை கேட்பவர்களைத்தான் பிடிக்கும்.

Non IT கம்பனியில் வேலை வாங்கி கொடுத்தால் நல்ல பேர் எடுப் பாங்க. IT கம்பனியில வேலை வாங்கி கொடுத்தால் உங்களை பேர் சொல்லி கூப்பிடுவாங்க.

இறந்து போவது என்பதையும்
நாம் ஆச்சரியமாக ஒரு
வினையாகத் தான்
உபயோகப்படுத்துகிறோம்.

'மிஸ்' கால்களெல்லாம் எப்
போதுமே மிஸ்டு கால்களாகவே
இருக்கின்றன.

பாவம் பி. டி மாஸ்டர். நிறைய பெண்களின் முதல் காதல் அவருடன் தான். ஆனால் பாவம் அவரிடம் சொல்லாமல் பத்து வருஷம் கழித்தே பொதுவில் சொல்கின்றனர்.

சென்னையில் கீழ்பாக்கம் மெண் டல் ஹாஸ்பிடல் ஃபேமஸாக இருப்பது போல பெங்களூரிலும், ஹைதராபாத்திலும், பிற நகரங் களிலும் அப்படி ஏதேனும் இருக் கிறதா?

மிருககாட்சி சாலையில் கூடிய வரை அதே மிருகங்கள் இருக்க, மனிதர்கள்தான் மிருகங்களுக்கு காட்சிப்பொருளாக தினமும் மாறிக்கொண்டிருக்கிறார்கள்.

முதுகில் முத்தமிடும் போது கைளுக்கு வேலை வேண்டாம்.

காதல், களவு சங்க காலத்திலேயே இருந்தது என பெருமையாக பேசு கிறோமே மறுமணம் இருந்ததா?

ஆசை நாயகி மற்றும் ஆசை நாயகன் உறவை சட்டபூர்வமான உறவாக ஆக்கிவிட்டாலே தமிழ் நாட்டின் சட்ட ஒழுங்கு பிரச்சினை பாதி குறைந்து விடும்.

வாழ்கையில் பல நேரங்களில் சூடு போட்டுக் கொண்டவர்கள்

கூட மிக சோகமாக கொள்ளி வைக்கும் போது சூடு போட்டுக் கொள்வதில்லை.

வலியக் கிடைக்கும் காதலை மறுப் பதில்லை ஆண்கள். உபயோகப் படுத்திக் கொள்கிறார்கள்.

நாகரீகம் மாறிக் கொண்டேயிருக் கிறது. நாகரீகமான மனிதர்கள் மாட்டிக் கொள்கிறார்கள்.

ஒவ்வொரு வேலைக்கும் ஒரு ஆள் என நியமனம் செய்து படுக்கை க்கு மட்டும் என திருமண உறவு அமையும்போதுதான் தாம்பத்யம் கசக்க ஆரம்பிக்கிறது.

ஆண்கள் பொய்யானவர்கள். தங்களை விட தாழ்த்தப்பட்ட ஜாதி பெண்களை திருமணம் (பெண்கள் அளவுக்கு) செய்ததில்லை.

உலகின் முதல் மிஸ் காலை எந்த பெண் கொடுத்தாள் என் வரலாறு பதிவு செய்திருக்கிறதா?

கேர்ள் ஃபிரெண்ட் - கேனைத் தனம் மற்றும் கஞ்சத்தனம் இல் லாமல் ஒரு பெண்ணை கூடவா இதுவரை ஒரு அப்பனால் வளர்க்க முடியவில்லை?

இரண்டாம் முறை நீங்கள் தயாராவது நிச்சயம் அவள் அழகு மற்றும் கவர்ச்சியால்தான். அவள் தாயாராவதற்கு நீங்கள் உளறினால் தப்பில்லை.

இந்த க்ளீவேஜ் என்று ஒன்றை காட்டுகிறார்களே, அது குழந் தைகளின் தாய்ப்பால் குடிக்கும் ஆர்வத்தை கூட்டுவதற்காகத் தானே?!

என்ன பெரிய SAP? உலகின் மிக புராதனமான தொழிலிலே கூட இன்னும் IMPLEMENT செய்யப் படவில்லை!

மார்கெட்டிங், விளம்பரம், குவாலிட்டி கன்ட்ரோல் என எதுவுமே இல்லாமல் வெறும் கஸ்டமர் சேடிஸ்ஃபேக்ஷனை மட்டுமே வைத்து ஓடும் பிசி னஸ் - டாஸ்மாக்.

பெண் - செக்ஸுக்காக ஒருவனிடம் ஏமாறுகிறாள். வாழ்கைக்காக ஒருவனை ஏமாற்றுகிறாள்.

ஆண் - செக்ஸிற்காக பெண்ணை, மனைவியை, மற்றும் தன்னையே ஏமாற்றிக்கொள்கிறான்.

டாஸ்மாக் போஸ்டல் டிபார்ட் மெண்ட் (அ) கூரியர் சர்வீசோடு டை - அப் போட்டு ஹோம் டெலிவரி செய்யலாமே.

பாய் ஃப்ரெண்டிற்கும் கண வனுக்கும் உள்ள வேறுபாடு - மனதில் திட்டிக்கொண்டே வேலை செய்வான். வாய் விட்டு திட்டிக் கொண்டே வேலை செய்வான்.

ஆண்கள் அதிகம் சந்தேகப்படு கிறார்களா? பெண்கள் அதிகம் சந்தேகப்படும்படி நடந்து கொள்கிறார்களா?

நீச்சல் குளத்தில் புடவை கட்டிக் கொண்டா நடிக்க முடியும்? நடிகைகள் லாஜிக். பாத்ரூம் - முதலிரவு காட்சியில்?

நல்ல டிமாண்ட் இருக்கிறது. நல்ல சம்பளம். பெண்கள் முயற்சிக் கலாம் - கார் டிரைவர் வேலை.

மீசைக்கு என ஏதாவது தனி ஷாம்பு இருக்கிறதா?

சங்க கால புலவர்கள் முன்னழகு பின்னழகு அளவிற்கு முக அழகை வர்ணிக்கவில்லை. பெண்கள் முகம் சரியில்லையா? புலவர்களுக்கு காமம் தூக்கலா?

நள்ளிரவில் கைது செய்ய வேண்டிய அளவிற்கு
செல்வாக்கான தலைவர்கள் இவ்வளவு நாட்களாகியும் புதிதாக யாரும் உருவாகவில்லை.

குஷ்புவும் கலா மாஸ்டரும் எம்பி ஆகி பாராளுமன்ற சபாநாயகர் - துணை சபாநாயகர் ஆனால் லோக்சபா டிவி ரேட்டிங் ஆவது ஏறும்.

வேலைக்காரன் முதலாளி மகளை இழுத்துக்கொண்டு ஓடுவது போல, வேலைக்காரி முதலாளி மகனை இழுத்துக்கொண்டு ஓடுவதில்லையே!

சிறு பத்திரிக்கை எழுத்தாளர்கள், குறும்படங்களுக்கு வசனம் எழுத ஆர்வம் காட்டுகிறார்களா?... இல்லை...

நடிகைகள் சினிமாவில் இருப்பவரையே திருமணம் செய்யும் அளவிற்கு நடிகர்கள் செய்வதில்லை.

பணக்காரனை சுற்றி
தன்மானமில்லாமல் மொய்க்கும்
பல கேர்ள் ஃபிரண்டுகளை போல
பணக்காரியை சுற்றி பார்த்தது
ண்டா?

டாப்ஸை விட பிரேசியர்
டிஸைன்கள் நன்றாக உள்ளன.
பிரேசியருக்கே ஸ்லீவ் வைத்து
வெளியிடலாம்.

பெண்கள் உள்ளாடைகளில்
ஆண்கள் எடுத்துகொள்ளும்
அக்கறை, ஆண்கள்
உள்ளாடைகளில் பெண்களுக்கு
இல்லையோ? - கடைகளில்
உள்ளாடையுடன் பெண்
பொம்மைகள் மட்டுமே.

நோபல் பரிசும், புக்கர் பரிசும்
யார் கையால் கொடுப்பார்கள்?
- நம்மூர் ஜனாதிபதி போன்ற
மேட்டர் இல்லைதானே?!

வாழ்கை என்பது மேடு பள்ளங்கள்
நிறைந்தது. பெட்ரூமில்
மட்டுமல்ல, வெளியிலும்தான்.

சிரிக்க வைக்கும் மற்றும் அழ
வைக்கும் நிகழ்ச்சிகளே தமிழக
சேனல்களில் வெற்றியடைகின்றன.

டேட்டிங் செல்வது ஒருவரை
ஒருவர் புரிந்துகொள்ளவாம்.
எத்தனை பேர் வரை
புரிந்துகொள்வது நார்மல் லிமிட்?

பெண்களுக்கு பிடித்தமான
ஆண்கள் ஒரு வகை.
பெண்களுக்கு பிடித்தமாறு நடந்து
கொள்ளும் ஆண்கள் வேறுவகை.

தூக்கம் வருகிறதா என பார்த்து
க்கொண்டிருந்தால் தூக்கம்
வராது. போதை ஏறுகிறதா என
பார்த்தாலும் பார்க்காவிட்டாலும்
போதை ஏறும்.

2 டயர் எசியில் வராத தூக்கம்,
சாதா மாநகரப் பேருந்தில்
பில்லரில் இருந்து சென்ட்ரல் செ
ல்வதற்குள் வந்துவிடுகிறது.

ஆணின் காதல் வெற்றி என்பது
மானே ஒத்துக்கொண்டு தன்னை
சிறுத்தைக்கு உணவாகத் தருவது
போன்றது.

தொப்பை வளர்ப்பில் ஆண்களுடன் பெண்கள் போட்டி போடுகிறார்கள் என்றால், பெண்களை ஆண்கள் மிஞ்சி விட்டனர் மார்பகம் வளர்ப்பதில்.

திருமணமாகாத 2 ஆண்கள் ஒரே அறையில் தங்கலாம். பெண் களும். ஆணும் பெண்ணும் கூடாது. இந்தியா மறைமுகமாக லெஸ்பியனையும் ஹோமோ செக்சையும் ஊக்குவிக்கிறதா?

பெண்ணின் காதல் வெற்றி என்பது சி றுத்தை மானுக்கு புல்லுக்கட்டு தூக்கி வருவது.

பெண்களுக்கு பின்புறம் அணைப்பது பிடிக்குமாம். #அல்ரெடி முன்புறம் யாராவது அணைத்து கொண்டிருக்கின்றனரா என்பதையும் செக் செய்து கொள்ளவும்.

உதட்டில் முத்தம் கொடுக்கும் தமிழ் காதலி ஏனோ பாதி கடித்த வாழைப்பழத்தை தர கூச்சம் கொள்கிறாள்.

கம்யூனிகேஷன்- ஸ்கில்லே இல்லை, பொறுப்பு. பொறந்த குழந்தைக்கும் அம்மாவிடமும்- கற்றுக்கொள்ளப்படவேண்டிய மேட்டர்.

தமிழ்நாட்டில் பிரா அறிமுகவாவதற்கு முன்னால் இப்போதிருக்கும் கொங்கைகளை விட பெரியதாக இருந்திருப்பதாக அறிகிறோம்.

இவ்வளவு நாள்
கழித்தும் எப்படி
சென்னையில்
இன்னும் மன
சாட்சியே இல்லாமல்
அட்டாச்டு பாத்ரூம்
என்கிறார்கள்?

எத்தனை
அதிர்ஷ்டக்காரனுக்கு
லெஸ்பியன் மனைவி
அமைகிறாள்?

யாருடைய கொள்ளுப்பேரனும் இங்கே லைம் லைட்டில் இல்லை என்பது எல்லோருக்குமான பாடம்.

என்னதான் மழை பெய்தாலும்
சென்னையில் குளிரப்போவதில்லை.
மனைவிகள் புருஷனை கட்டி
க்கொண்டு தூங்கப்போவதில்லை.

இந்தியாவிலேயே
தமிழக முதலமைச்சரு
க்குத்தான் அதிக பவர்
இருப்பதாக அவர்
உட்பட அனைவருமே
நினைத்துக்
கொண்டிருக்கிறோம்.

ரேஷன் கார்டில்
எத்தனை குழந்தை
பிறந்த பிறகு
மனைவியின் பெயரைச்
சேர்க்க முயற்சி
செய்கிறீர்கள்?

கவிதை என்ற செ
ால்லை அழித்து
விட்டு கவிதைக்கு
வேறு ஒரு நல்ல
பெயர் வைக்க
ஒரு நல்ல கவிஞர்
தேவை.

ஒரு கன்னத்தில் முத்தமிட்
டால் மறு கன்னத்தை
மட்டுமல்ல, எதை
வேண்டுமானாலும்...

சொத்தில் சம உரிமை கொடுத்த பெண்களுக்கு பெற்றோர்களை பராமரிக்காவிட்டால் தண்டனையில் சம உரிமை ஏன் இல்லை?

100 தடவை மனைவியிடம் ஐ லவ் யூ சொன்னாலும் வேறு யாரிடமோ என் மனைவியை நேசிக்கிறேன் எனச் சொல்வதை திருட்டுத்தனமாகக் கேட்டு நெகிழ்ந்து அழுகிறாள்.

பப்பில் ஆடும் ஆண்கள் நல்ல மனைவி வெளியில் கிடைப்பாள் என்ற நம்பிக் கையிலேயே ஆடுகின்றனர்.

தாவணி வாங்கி டவலாக உபயோகப்படுத்துகிறேன். # நாஸ்டால்ஜியா.

நிகழ்ச்சிகளை வழங்குவதாக சொல் கிறார்களே? பார்ப்பவர்கள் பிச்சைக் காரர்கள் என்று தானே அர்த்தமாகிறது?

பூக்களை பார்க்கும் போதெல்லாம் இருப்பவளை விட இல்லாத கற்பனை காதலிதான் சிந்தையில் வருகிறாள்.

பிச்சை என்பது - வழங்குபர்களுக்கு ஏதும் நஷ்டம் வராது. திருப்தியோ லாபமோ கிடைக்கலாம். பெறுபவர் களுக்கு ஒரு மயிர் புண்ணியமும் இல்லை.

பிரெட் பாக்கெட்டுக்காக என்னுடன் படுத்தாள். கப்பல் நண்பன் ஆச்சரியமாக சொன்னான். அவள் நினத்திருப்பாள் - கூட படுத்ததற்கே பிரட் பாக்கெட் தருகிறானே

இங்கே காதலே திருட்டுத்தனம்.
காதலிலும் திருட்டுத்தனம்.

பெண்ணின் திருமண வயதை 21 ஆக ஏற்ற கோரிக்கை. பருவம் அடையும் வயது குறைந்து கொண்டிருக்கிறது திருமண வயது ஏறிக் கொண்டிருக்கிறது.

'குறிதவறாமல்அடித்தான்'என்பதை விட அடித்தான் - குறி தவறவில்லை என்பதுதானே சரியான லாஜிகல் சென்டென்ஸ்?

உங்கள் உண்மையான மார்பகத்தை பார்த்தே ஒருவர் போலியானதோ என சந்தேகப்பட்டால் அவருக்கெல்லாம் இனிமேல் காட்டாதீர்கள்.

எது எதெற்கோ டிரஸ்கோட் வைப்பவர்கள் முதல் இரவுக்கு வைத்துத் தொலைக்கக் கூடாதா?

ஊர்ப்பக்கம் வயதானவர்கள் தூக்கம் வராமல் காலை 4 மணிக்கு டீ கடைக்காரனை எழுப்புவார்கள். இங்கே தொல்லை இல்லை. ட்விட்டர் காரனை எழுப்ப வேண்டாம்.

பேரன் பேத்தி கல்யாணத்தையெல்லாம் பார்க்க(!) ஆசைப்படுவது எந்த சைக்காலஜியில் சேரும்.

ஏன் எவனும் பிஸினஸ்மேன் மனைவியை கடத்த மாட்டேங்கிறான்?

குழந்தைகளுக்காக தீபாவளி கொண்டாடுவதாக சொல்பவர்கள் முதலில் அவர்களை சுவரில் கிறுக்க அனுமதியுங்கள்.

ஸ்ருதிஹாசனை
எந்த புண்ணியவான்
கல்யாணம் பண்ணி,
கமல் படத்தை ரீமேக்
செய்து நம்பளை ச
ாவடிக்க போறானோ
தெரியலை.

sex முடிந்து தூங்குவதற்கு முன்னால் எத்தனை பேர் மனைவிக்கு good night சொல்கிறீர்கள்?

sex முடிந்து தூங்குவதற்கு முன்னால் எத்தனை பேர் மனைவிக்கு good morning சொல்கிறீர்கள்?

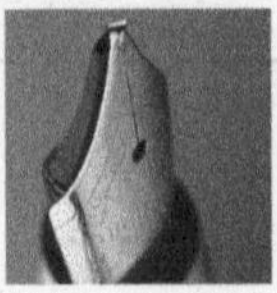

விடுமுறை நாட்களில் வெளி யூர்காரர்கள் இல்லாமல் சென்னை இனிமையாக இருக் கிறது. அவர்கள் ஊருக்கு சென்று - என்னா பட்டணம்? நம்மூருதான் சொர்க்கம்.

வெளியே தெரியாமலேயே மூடி மறைக்கப்படும் குழந்தை கடத்தல்கள் எத்தனையோ?

pre mature ejaculation வியாதியாக இல்லாவிடில் அது அந்த பெண்ணின் பெருமைதான்.

குழந்தைகளுக்கு அவர்களின் உடையை அணிவியுங்கள். நடிகைகளின் செக்ஸியான உடை களை வளர்ந்தவுடன் தேவை யெனில் அவர்களே அணிந்து கொள்வார்கள்.

புத்தகம் வாசிக்கும் பழக்கத்தை ஊக்குவிப்பதை விட அலமாரியில் சேமிக்கும் பழக்கத்தை ஊக்குவித் தால் விற்பனை எகிறும்.

எப்போதோ ஒரு கணம் கிடைக்கப் போகும் இலக்கிய வாழ்வியல் அனுபவத்திற்காக எத்தனை பக்கங் களை மென்று துப்ப வேண்டியிருக் கிறது.

படுக்கை அறை விளையாட்டு மைதானம் எனில், பெண் சக ஆட்டக்காரர் மட்டும் அல்ல. நடுவரும் கூட.

சென்னையிலும் எப்படி வாட்டர் ஹீட்டர் விற்பனை ஆகிறது?

கமல் தான் ஒரு மதத்தை தோற்று வித்து தன்னையே சாமி இல்லை என அறிவித்துக் கொள்ளப்போகிறார்.

இனிமேல் நீதிபதிகள் தூக்கு தண்டனை தீர்ப்பை எழுதுவதற்கு முன்பே பேனா நிப்பை உடைத்து விடலாமே.

தூக்கமே, இப்போது குடித்து விட்டு தூக்கம் குடிக்காமல் தூக்கம் என இருவேறு அனுபவமாக ஆகிவிட்டிருக்கிறது.

எந்த நாடேனும் தன்னை வெஜிடேரியன் நாடு என அறிவித்துக் கொண்டுள்ளதா?

ஒருவேளை சென் 'செக்ஸ்' என இருப்பதாலேயோ ஏறி ஏறி இறங்குகிறது?

சிங்கிள் ஸ்டேட்டஸ் சுதந்திரமானது தான். ஆனால் 'சிங்கிள்' பெட்ரூம் ஃபிளாட் கூட வாடகைக்கு கிடைக்காது.

2/3 பங்கு, பூமியில் தண்ணீர். 2/3 பங்கு சரக்கில் தண்ணீர் கலந்து அடிக்கின்றனர். # உலகோடு ஒத்துவாழ்.

சின்னப்பெண்ணின் சிரிப்பின் மூலம் பணக்கார திமிர் பிடித்த்த கிழவனையும் அடக்குவதுதான், customer service.

இறைவனை காண்பதற்காகவேனும் ஏழை வேண்டும். அவனை கிச்சு கிச்சு மூட்ட வேண்டும்.

பல காளியாங்குட்டிகள் எப்படி தேவதையாக நடந்துகொள்ள வேண்டும் என வகுப்பெடுத்து விடுகின்றன.

prostitution & action, reaction & transaction.

மொழிபெயர்த்த நாவல், சிறு கதை கவிதை புரியுமளவிற்கு, மொழி பெயர்த்த டிக்ஷணரி புரிவதில்லை.

சிறு தூறலோ பெருமழையோ கடலுக்கு எப்படியோ, அப்படியே வேசியிடம் காண்பிக்கும் அன்பு.

நம் வளர்ச்சி தேக்கமடைகையில், குழந்தையின் வளர்ச்சியை ரசிக்க ஆரம்பிக்கிறோம்.

உதடுகள் உதடுகளோடு ஒட்டும் போதெல்லாம் உதட்டுக்குள் உறைந்து கிடக்கும் முத்தங்கள் வெளிவந்து விடுவதில்லை.

அனைத்து பெண்களும் இங்கே தேவதைகளே! அவ்வப்போது யாருக்காவது.

பகலில் சிடு சிடுக்கும் நீ, இரவிலும் சிடு சிடுத்துக்கொண்டே ஒருமுறை இயல்பாகத் தான் புணர்ந்து தொலையேன்.

இரவு நீண்ட சண்டைக்கு பிறகு குடும்ப பாலிடி க்ஸோடு உள்ளே நுழைகிறது ஆண்குறி.

மாமியாராவது என் எதிரி, மரியாதை உண்டு. ஆனால் இவன் இரவில் என்னை நக்கி, பகலில் பலரையும் நக்கும் பரதேசி.

படுக்கையறையில் எப்போதும் கெஞ்சி, கொஞ்சுகிறாயே? என்னை இப்படி கெஞ்ச வைக்க வேண்டும் என ஏன் உன் மர மண்டைக்கு ஒருபோதும் தோன்றவே இல்லை.?

ஆண்களில் மிக மோசமான ஆணுக்கும், பெண்களில் மிக மோசமான பெண்ணுக்கும் பல இணைகள் கிடைத்துவிடுகின்றன.

ஆறு கடலோடு இணைந்ததெல்லாம் பழைய கதை. பேக் வாட்டர் நதி தோன்றிய இடம் வரை புடுங்கிட்டு அடிக்கிறது.

நான் என்ன ஆயுதம் எடுக்கவேண்டும் என்று என் கணவனே தீர்மானிக்கிறான்.

உலக அழகி கூட ஓரண்டுக்கு பிறகு முன்னாள் அழகி. பாலியல் தொழிலாளிதான் நிரந்தர அழகி. # பின் நவீன த்துவம்.

இடுப்பு சைஸ் மாறவில்லை என்பதனாலேயே ஜட்டியை 12 வருடமெல்லாம் உபயோகப்படுத்துபவர்களை காப்பீட்டு திட்டத்தில் சேர்க்கக்கூடாது.

தனக்கு வாங்கினால் வெறும் காலைக்கடிக்கும் செருப்பு, மனைவிக்கு வாங்கினால் கையையும் சேர்ந்து கடிக்கிறது # மிடில் க்ளாஸ் மேதாவி.

திருமணத்திற்கு முன்பான என் பாலியல் அனுபவத்தின் குற்றவுணர்ச்சி யிலிருந்து என்னை என் கணவனே மீட்டெடுத்தான். படுக்கையில் மட்டும் கெஞ்சி.

மைக்ரோசாஃப்ட் வீரியத்திற்கு ஏன் மாத்திரை தயாரிக்ககூடாது? வேலை செய்யும்போதே ஹேங்க் ஆனால் நல்லதுதானே!!

நம்பிக்கை என்றாலே மூடத்தனம்தான். பிறகு என்ன மூட நம்பிக்கை?

நிர்வாண ஓவியத்
திற்கு மாடல் வைத்து
வரைபவர்கள் உடலுறவு
ஓவியத்தை எப்படி
வரைகிறார்கள்?

நடிகைகளை
தாண்டி வேறு யார்
காட்டுகிறார்கள்
தமிழனுக்கு..
கருணை?

காதல், அன்பு,
வேசித்தனம்
எதுவும் கலக்காத
தூய்மையான
காமம் முதன் முதல்
குடிக்கும் ராவான
ஸ்காட்ச் போன்றது.
pure sex.

உடை கண்டுபிடித்த
பின்புதான் நிர்வாணம்
கண்டுபிடிக்கப்பட்டது.

தமிழகத்தில் குடிக்காதவர்கள் எல்லாம் சேர்ந்து ஒரு மைனாரிட்டி கல்வி நிறுவனம் ஆரம்பிக்கலாமே.

சிட்டிக்குள் ஸ்பீட் லிமிட் என்பது..
இந்த ஸ்பீடை ஓட்டிப்பார்ரா பாப்போம்.

பெறும் புள்ளிகளாக இருந்ததால் பெரும் புள்ளிகள் ஆனவர்கள் நிறைய...

திங்க்கிங் அவுட் ஆஃப் தி பாக்ஸ், என்பதே அவுட் ஆஃப் தி பாக்ஸ் திங்க்கிங் இல்லை.

சமையலுக்கு காய் நறுக்குவதில் ஆண்களுக்கு ஒன்றும் ஆட்சேபனை இல்லை. என்ன மிளகாய் நறுக்கிவிட்டு சிறுநீர் கழித்தால் ஆபத்தாகி விடுகிறது.

அன்பு, காதல், காமம், பணம் - போதை சரிவிகதத்தில் கலந்து கிடைக்க பெறதாவனுடைய வெற்றி டத்தை சாமியார் நிரப்புகிறார்.

செக்ஸ் கல்வியை எப்போதுதான் ஆரம்பிப்பார்கள்? ஆசிரியர் வேலைக்கு அப்ளை செய்ய எவ்வளவு நாள் காத்திருப்பது?

உங்களிடம் காமத்தை எதிர்பார்க்கி றேன் என சொல்பவனைத் தவிர எப்படி மற்ற எல்லோருக்கும் காமத்தை அள்ளி வழங்குகிறீர்கள்.

கருவில் இருப்பது ஆணா பெண்ணா என தெரிந்து கொள்வது சட்டப்படி குற்றமாம். வயதுக்கு வந்தபின் தெரிந்து கொள்ள சட்டப்படி வழிமுறை உள்ளதா?

பல காதலி உள்ள தைரியசாலி என்றால், conference callல் முத்தம் கொடுக்க சொல்லுங்கள்.

நோபல் பரிசு பெற்ற விஞ்ஞானியும் புக்கர் பரிசு பெற்ற எழுத்தாளரும் திருமணம் செய்துகொள்ள வாய்ப்பே இல்லை.

உலகில் விளையாட்டை சீரியஸாக ஆடுகிறார்கள். சீரியஸான விஷயங்களில் விளையாடுகிறார்கள்.

தன் தனித்தன்மையில் நம்பிக்கை இல்லாதவன்தான், கடவுள் பற்றாள னாகவோ, கடவுள் மறுப்பாளனாகவோ, தன்னை அடையாளப்படுத்திக் கொள்கிறான்.

கடவுள் பக்தனும், கடவுள் மறுப்பாளனும் அலுப்பை தருகிறார்கள். கடவுளை பற்றி கவலையே படாதவனை தேடிக்கொண்டிருக்கிறேன்.

பின் நவீன த்துவ சிறுகதை எழுதுவதைவிட நாவல் எழுதுவது சற்றே சுலபம்,

எத்தனை வயது வரை
பெண்கள் பிரேசியர்
அணிகிறார்கள்?

சார், ஏங்க, மச்சி, ஹலோ, டேய் ன்னு இப்படித்தான் கூப்பிடுகிறார்கள். என் பெயர் சொல்லி கூப்பிட்டு பல நாட்கள் ஆகின்றன.

ஆணை பெண்ணும் பெண்ணை ஆணும் ஏமாற்றவுமில்லை, ஏமாற்றபடவுமில்லை. எதிர்கால கணவனையோ மனைவியையோ ஏமாற்றுவதாக நினைத்துக் கொண்டிருக் கிறார்கள்.

நான் sms - மெயிலுக்கு அனுப்புவது ரிப்ளை அல்ல.

எந்த curveவின் formula விற்குள்ளும் அடங்காமல் எப்படியோ நடிகை களின் கொங்கைகள் தொப்புளின் கீழ் தொங்கிக்கொண்டு இருக்கின்றன.

ஆயிரம் மைல்களுக்கப்பால் இருந் தாலும் சேர்ந்திருக்கிறார்கள். ஒரே அறையில் இருந்தாலும் பிரிந்தே இருக்கிறார்கள்.

பொது இடம் என்று சொல்லிவிட்டு புகை பிடிக்கக்கூடாது என்றால் எப்படி?

ஆங்கிலப் படங்களில் உடலுறவு காட்சி யின் போது நீண்ட நேரம் நிதானமாக பேசிக்கொள்கிறார்களே? என்ன பேசிக்கொள்கிறார்கள்?

மருத்துவ மாணவர்களின் தேர்வில் கேள்விகளில் சாய்ஸ் உண்டா? ஐயோ. .

6வது படிக்கும் போது டீச்சரை திருமணம் செய்யப்போகிறேன் என அவரின் மகளான வகுப்புத்தோழியிடம் சொன்னதால், அவள் என்னை காதலித்தாள்.

டாஸ்மாக்கில் குடிப்பதனால் இறக்கும் அன்பர்களின் வாரிசு களுக்கு சரக்கில் 50% கழிவு வழங்க வேண்டும்.

புனிதமான காதலோ, கள்ளக்காதலோ நிறைமாத கர்பிணிப்பெண்ணின் மீது யாருக்கேனும் காதல் வந்ததுண்டா?

மலையில் இருக்கும் உயிரினங்கள் கீழே இருப்பதை விட பெரியதாக இருக்கின்றன. மலை மனிதர்கள் மட்டும் எப்படி நம்மைப்போலவே இருக்கிறார்கள்.

செல்போன் முத்தத்திற்கு பழகிய காதலிக்கு நேரில் கொடுக்கும் முத்தம் திருப்தியாக இல்லை. முதலில் ஒலி எழுப்பி விட்டே முத்தம் கொடுக்க வேண்டியிருக்கிறது.

முதல் முறை டேட்டிங் செல்லும் போது ஆணுறை எடுத்து செல்லுங்கள். பயன்படுத்தாதீர்கள்.

இருவருக்குமே அது தான் முதல் செக்ஸ் எனில் குறைந்தது பத்து தடவைக்கு பின் வேறு ஆளுக்கு வாய்ப்பு கொடுங்கள்.

கள்ள உறவு இருவருக்குள் மலர்ந்துவிடுகிறது. நல்ல உறவை உருவாக்குவதற்குத்தான் பல பேர் போராட வேண்டியிருக்கிறது.

செக்ஸின் போது பெண்கள் வாட்ச் கட்டிக் கொண்டிருந்தால் உஷாராயிருங்கள்.

நமக்குள் இருப்பது நட்பா? காதலா? என்கிறாள் தோழி, மூன்று மாத கர்பத்துடன்.

மீசை இல்லாதவன் கொடுக்கும் கிஸ், ஒருக்கால் லெஸ்பியன் கிஸ் போல இருக்குமோ?.

ஒருவரிடம் உங்கள் கன்னித்தன்மையை இழந்தால் அவரையே பழிக்குப்பழி வாங்க முடியாது. வேறு ஆளைத்தான் தேட வேண்டும்.

உடை மட்டுமல்ல, உறவும் கூட கத்தரித்து தைத்தால் தான் சரியாக செட் ஆகும் போலிருக்கிறது.

பிரேசியருக்கு கை இல்லாததனாலேயே கை வைக்காத பிரேசியர் என்று கூற முடியாது.

திருமண நாளை மறந்தால் பெண்கள் அது என்னவோ அவர்கள் மட்டும் சம்மந்தப்பட்ட நாள் போல கோபித்துக் கொள்கிறார்கள்.

யாரிடம் முறையிடுவது? ஆண்களுக்கு பணியிடத்தில் செக்ஸுவல் ஹராஸ்மண்ட்டே நடப்பதில்லை.

பிரேசியர் - மார்கெட்டிங் மேனேஜர், பேண்டி - சேல்ஸ் மேனேஜர்.

கஷ்டப்பட்டு சிரிக்கும் தருணங்களை விட,
கஷ்டப்பட்டு அழும் தருணங்கள் மிக குறைவு.

வெளிநாட்டில் வாழும் தமிழ்பெண்கள் ஏன் ஒரு வேலையில்லா தமிழ்ப் பையனை திருமணம் செய்து கூட்டிக் கொள்ளக்கூடாது?

பெண்களின் நீச்சலுடை, பெண்கள் நீச்சலடிப்பதற்கு முன்பே கண்டு பிடிக்கப்பட்டிருக்கக் கூடும்.

cute, good looking, pleasing personality இப்படிப்பட்ட பெண்கள் வேலைக்கு வேண்டும் என விளம்பரம் கொடுக்கிறார்கள்.
என்ன வேலையாக இருக்கும்?

மனைவி கிளம்ப லேட்டாகும் போது ட்ரெயின் டிரைவரை நினைத்து பொறாமைப்படும் அப்பாவி காரோட்டும் கணவன்.

காதல் தோல்வியடைந்தவர்களை பார்க்கும் போது, ப்ச். . எனக்கு ஒரு பத்து காதல் தோல்வியடைந்திருக்கலாம் போல இருக்கிறது.

தேடி சோறு தினம் தின்று. . , , ஓ. . அப்போ ஹோம் டெலிவரி இல்லை.

நீதித்துறையை நவீனப்படுத்தும் போது எலக்ட்ரானிக் தராசு வைத்து நீதி தேவதைக்கு ஓய்வளிக்கலாம்.

பெருந்தன்மையான தமிழர்களை தேர்தல் மூலம் பெறும் தன்மை கொண்ட தமிழர்களாக ஆக்கிவிட்டார்கள்

வெற்றிகரமான பெண் அரசியல்வாதி களுக்கு ஒன்று திருமணமாகவில்லை அல்லது கணவன் இறந்துவிட்டார்.

மது கவிதைகளையும் நிறைய கழுதைகளையும் உருவாக்குகிறது.

பூனை எலியை விட நாய் டீஸண்ட். திறந்த வீட் டில் மட்டும்தான் நுழையும்.

சகித்துக் கொள்வதா பொறுத்துக் கொள்வதா? காதலி. தூய்மையான பாய் ஃபிரெண்டுடன் பேசு வதாக சொல்லும்போது.

மாம்பலம் ஸ்டேஷனில் டிக்கட் கொடுக்கும் பெண்ணை டிக்கட் வாங்கும் நேரத்தில் கரெக்ட் செய்பவன்தான் சென்னை காதலன்.

கலவி முடிந்த பிறகு மிக நன்று என்பாள். இல்லையென்றால் நீங்கள் கேட்ட பிறகு மிக நன்று என்பாள்.

கிழவர்களின் அரசியலுக்குள்ளும், இளசுகளின் காமத்திற்குள்ளும் மாட்டாமல் தாக்குபிடித்துக்கொண்டிருக்கிறது குழந்தைகளின் உலகம்.

இரண்டு முத்தங்களே கிடைக்கின்றன,
தூர வீசி விடுகிறார்கள்.
- பாவம் பிரேசியர்.

ஆண்களுக்கு 33 % இட ஒதுக்கீடாவது கட்டிலில் கொடுக்கவும். # குழந்தை பிறந்த பிறகு கதறும் கணவன்.

வேறு எங்கும் மரியாதை கிடைக்காத போது,
சுய மரியாதை.

விருந்தோம்பல் தமிழர் பண்பாடு. சில விழாக்களில் பணக்காரர் என்பதற்காக விருந்தூம்பல் செய்வதுதான் சகிக்க முடியவில்லை.

உண்மையான கடவுள் தோன்றி விஞ் ஞானபூர்வமாக ஒத்துக் கொள்ளப்பட்ட பின் அவர், அல்லா, யேசு, சிவன், விஷ்ணு Etc எல்லாம் டுபாக்கூர் என்றால்.

சுய இன்பம் முடிவிற்கு வந்து சுய துன்பம் ஆரம்பிக்கிறது - திருமணம்.

முடிவுறுவது செக்சாக இருப்பினும் எங்கு ஆரம்பிப்பது என்பதில் என் கற்பனைத்திறன் தூக்கலாகத்தான் இருக்கிறது.

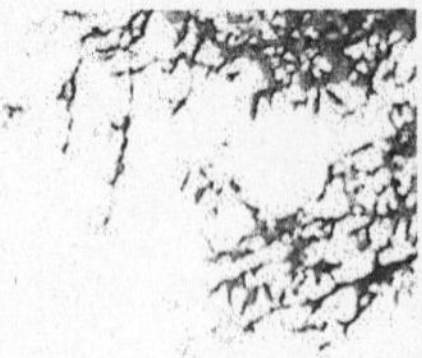

நடிகைகளின் தந்தையை ஏன் யாரும் பேட்டி எடுப்பதில்லை. அட்லீஸ்ட் அவருடன் 2 பீராவது சாப்பிடலாம் இல்லையா?

தூக்குதண்டனை கைதிகளையும் தாண்டி ஜனாதிபதி மற்றவர்களுக்கும் கருணை காட்டலாமே!

கதவை திற காற்று வரட்டும், கொசு வரட்டும், டெங்கு வரட்டும்.

ஃபிளாட்டில் ஏன் சிங்கிள், டபுள், ட்ரிபிள் என பெட்ரூமைப்பற்றியே விளம்பரப்படுத்துகிறார்கள்?

கொல்லத்தான் போகிறோம். சொல்வது மட்டும் ஆடு வளர்ப்பு, கோழி வளர்ப்பு. !

சுடுதல், விளையாட்டு, குடி, சீட்டு கட்டு, பைக் etc - எல்லாமே எத்தனை ரவுண்ட் என கணக்கிடுகின்றனர். வாழ்க்கை ஒரு வட்டம்தான்.

ஏமாறுவதற்கே புத்திசாலித்தனம் தேவைப்படும் காலமிது.

பெண் சிசுக்கொலையை தடுக்க திட்டம் போட்டால் வெற்றி பெறாது. தவிர்க்க திட்டம் போடவேண்டும்.

காற்றை பிடிக்கும் என்றால் தென்றலும் பிடிக்க வேண்டும், புயலும் பிடிக்க வேண்டும்.

முதலமைச்சர் முதற்கொண்டு எல்லோருக்கும் 'துணை' இருக்கையில் கணவன் மற்றும் மனைவிக்கும் துணைப் பதவி இருந்தால் வசதியாகத்தானே இருக்கும்.

1, 76, 000 கோடி, காமன் வெல்த் ஊழல் இந்த தொகையெல்லாம் பத்தாதா? புரட்சி வரவில்லையே? புரட்சியும் விலையேறிவிட்டதோ?

தாவணி காற்றில் பறப்பதை காண குடுத்து வைத்திருக்க வேண்டும். கொடியில் காயும் போது என்று சொன்னேன்.

உலகிலேயே இங்குதான் இது நடக்கும். கடைசி கோப்பைக்கான மது உள்ளது. கோப்பைதான் காற்றில் பறந்துவிட்டது. # டாஸ்மாக்.

ஏதோ பரவாயில்லை, சிசேரியன் செய்து கொண்டவர்களுக்கான அழகுப் போட்டி என வைக்காமல் இருக்கிறார்களே!

நேர்மைக்கான விளக்கத்தை இன்னும் சில தினங்களில் திரு. மன்மோகன் சிங் அவர்கள் உலக டிக்ஷனரியில் திருத்தி எழுதுவார்.

எவ்வளவு காசு இருந்தாலும் ஏசி அறை மட்டும்தான் உன்னால் ஏற்பாடு செய்யமுடியும். வலியை அவள்தான் தாங்கிக் கொள்ள வேண்டும்.

என்னாது? தமிழ்நாடு தனிநாடா? முதல்ல மதுரைய தமிழ்நாட்டுகூட சேருங்கய்யா!

புதிய மனைவி கணவனுக்கு மட்டுமல்ல அனைவருக்கும் ஒரு வசந்தம்தான்.

நன்றாக படுக்கை அறை காட்சியை ரசித்துவிட்டு வேறு யாரும் பார்க்கக்கூடாது என கட் செய்து விடுகிறார் சென்ஸார் அதிகாரி. பார்த்த அவர் என்ன ஆனார்?

மாமனாருக்கு காம உணர்ச்சி வந்தால் மட்டும் ஏன் அது வெறி என சித்தரிக்கப்படுகிறது?

காதலிலே ஆண்கள் ரெண்டு வகை. ஒன்று காதலிப்பது போல நடிப்பார்கள், இல்லையெனில் காதலிக்காதது போல நடிப்பார்கள்.

மிக அழகான பெண்ணின் விவாகரத்து கேஸில் கணவனைப்பார்த்து பாவப்படுவார்களா? பொறாமைப்படுவார்களா?

எவ்வளவுதான் சண்டை வந்தாலும் முத்தம் கொடுத்து விட்டே தூங்க செல்ல வேண்டும். பாலிசி நல்லாதான் இருக்கு. செயல் படுத்து பவர்கள் 11ம் வகுப்பு.

சில படங்கள் பூஜையோடு நின்றுவிடுகின்றன. பல பூஜைகள் படத்தோடு நின்றுவிடுகின்றன.

அழகான இளம்பெண்களையே காணோம். இந்த கிழவர்களும் கிழவிகளும் அப்படி எங்குதான் பயணிப்பார்களோ? # ரயில் மற்றும் விமானப்பயணம்.

லெஸ்பியன்,
ஹோமோசெக்ஸ்,
மற்றும் ஹெடிரோ செ
க்ஸூக்கான வயதை
நிர்ணயித்துவிட்டு பின்
திருமணத்திற்கான
வயதை நிர்ணயிக்கலாம்.

சீதையாக வாழ
யாருக்கும் எதிர்ப்பு
இல்லை. சீதையாக
நடிக்கத்தான் எதிர்ப்பு.

நம் நாட்டில் சு
ப்ரமணியன் சுவாமி
போல வெளிநாட்டில்
யாராவது
இருக்கிறார்களா?

கொலையில் கூட
கருணைக்கொலை கௌரவக்
கொலை என வெரைட்டி
வைத்திருக்கும் நாம் செக்ஸில்
வெரைட்டி என்றால் ஏனோ
பதறுகிறோம்.

போன் செக்ஸ் ஓவராக
சென்றால் பரிணாம
வளர்ச்சியில் குறி
சுருங்கி தொப்புள்
போல ஆகிவிடும்.

பெருநீரகப்பிரச்சனையை பிளம்பர் 10 நிமிடத்தில் சரி செய்கிறார். சிறு நீரகப்பிரச்சனைக்கு ஏன் இந்த டாக்டர்கள் இழுத்தடிக்கிறார்கள்?

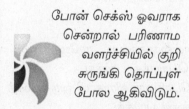

சீதை வேடத்தில் நடிப்பதற்கு நயன்தாராவிற்கு எதிர்ப்பு தெரிவிப்பவர்கள், தசரதன் கேரக்டருக்கு எப்படித்தான் ஆள் பிடிக்க போகிறார்களோ?

சரக்கு தீந்து
போச்சி
ன்னு தில்லா
டாஸ்மாக்குல
மட்டும் தான் செ
ால்லமுடியும்.

மாமியாரை ஆண்டி என்றாலும்
மனைவியை ஏண்டி என்றே
அழைக்கிறோம். மனைவி விஷயத்
திலாவது தமிழ் வாழ்கிறது.

திருமணத்தை ஒவ்வொரு வருடமும் ரெனிவல் செய்தால்தான் செல்லும் என சட்டம் போடுங்கள். விவாகரத்து கேஸுல வீணாகும் கோர்ட் டைம் சேவ் ஆகும்.

ஆண்கள் ரொம்ப பரந்த மனப்பான்மை உள்ளவர்கள்தான். எவ்வளவு கேவலமாக இருந்தாலும் முன்னழகு / பின்னழகு என்றுதான் சொல்கிறார்கள்.

டீ - ஷர்ட்டில்
வாசகம் எழுதுவது
போல பேன்டியிலும்
எழுதலாம். # ex:
70mm a/c

யாரும் சொல்லாததால் டி. ராஜேந்தரும்
பொறுத்து பொறுத்து பார்த்து
சொல்லப் போகிறார் வீராசாமி ஒரு உலகத்
திரைப்படத்தை பார்த்து
காப்பி என.

லோ ஹிப் என்ற பொற்காலத்தை சுடிதார் வந்து கெடுத்து 'குட்டி' சுவர் ஆக்கிவிட்டது.

விழுந்து முளைக்கும்
பல்லைப்போல. . .
உங்களுக்கே தெரிய
வந்திருக்கும் ஃபில்
பண்ணிக்கோங்க.

நடைபாதை கடைகளில் ஆண்களின் பொருட்களைவிட பெண்களின் பொருட்களே மிக அதிகம் விற்கப்படுகிறது.

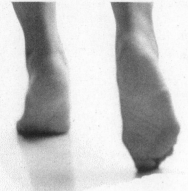

தாலி டிசைனை பிரேசியர் போல
மாற்றி அணிந்துகொண்டால்,
கட்டிலில் கணவனே,
கஷ்டப்படறே அவுத்து வச்சுடும்மா
என்பான்.

பேருந்தில் வெகுதூர பயணத்தின்போது
டாஸ்மாக்கில் நிறுத்தி வண்டி 1 மணி
நேரம் நிக்கும் விஸ்கி பிராந்தி
சாப்புடறவங்க
சாப்டுக்கலாம் என்றால்?

ஓரல் செக்ஸிற்கும்
ஆசை,
மீசைக்கும் ஆசை.

நம்மாளுங்க ஓவரா வேட்டியை
மடிச்சு கட்றத பாத்துதான்
வெள்ளைக்காரன் மினி ஸ்கர்ட்டை
கண்டுபுடிச்சிருப்பானோ?

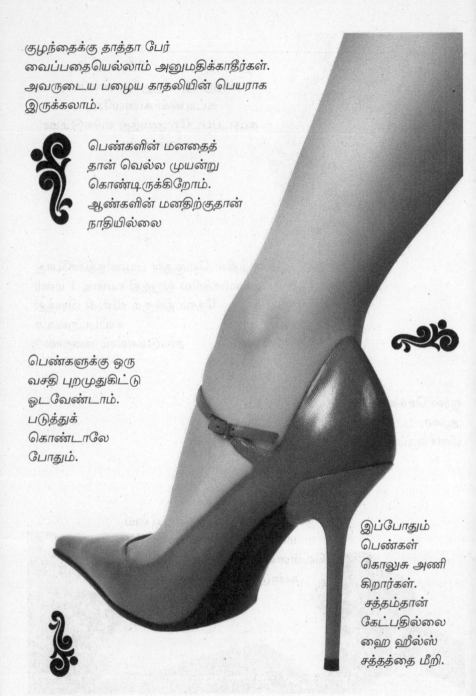

குழந்தைக்கு தாத்தா பேர் வைப்பதையெல்லாம் அனுமதிக்காதீர்கள். அவருடைய பழைய காதலியின் பெயராக இருக்கலாம்.

பெண்களின் மனதைத் தான் வெல்ல முயன்று கொண்டிருக்கிறோம். ஆண்களின் மனதிற்குதான் நாதியில்லை

பெண்களுக்கு ஒரு வசதி புறமுதுகிட்டு ஓடவேண்டாம். படுத்துக் கொண்டாலே போதும்.

இப்போதும் பெண்கள் கொலுசு அணி கிறார்கள். சத்தம்தான் கேட்பதில்லை ஹை ஹீல்ஸ் சத்தத்தை மீறி.

பெண்ணின் கூந்தலுக்கு இயற்கையிலேயே நாத்தம் உண்டா?

வளர்த்த கடாவை அறுத்து தின்னும் போது ஒருமுறை மார்பில் பாய்ந்தால் என்ன தப்பு. ?

குடி குடியை கெடுக்கும். ஓவர் குடி மறுநாள் குடியை கெடுக்கும்.

நமக்குத்தான் இறந்தபிறகு என்னவாகிறோமென தெரியாது. கோழிக்கு பிரச்சனையில்லை. சில்லி, ஜிஞ்சர், பெப்பர், பட்டர் இதில் ஏதோ ஒன்று ஆகப் போகிறது.

ஒரு பேண்ட் தைக்க ரூ 200. ஒரு பேண்டே ரூ 200. விலை வாசியை பற்றி கத்தாதே. பிஸினஸ் பழகு.

infosysக்கு பிறகு அதைவிட பெரிய கம்பனி இந்தியாவில் புதிதாக இன்னும் உருவாகவில்லை.

புகழின் உச்சியில் இருக்கும் போது குசு வந்தால் விடாமல் இருக்க முடியுமா?

நகுலனைப் போல இப்போது கண்டு கொள்ளாமல் இறந்தவுடன் ஃபேமஸாகப் போவது யார்?

சண்டை போடத்தான் தெரியும். சொல்லிக் கொடுக்கத் தெரியாதா? சினிமாவில் சண்டைப் பயிற்சியாளராக ஏன் பெண் இல்லை?

குடிகாரன் பேச்சு பொழுதுவிடிந்தால் போகாது, மறுநாள் குடியிலும் தொடரும்.

நீ எண்ணை தேய்த்து குளிக்க அவிழ்த்து வைத்துவிட்டு செல்லும் தோடு, வளையல், மூக்குத்தி, கொலுசு, அரைஞாண் தனியா கவே செக்ஸியாகத்தான் உள்ளது.

உன் குடும்பமும் ஒத்துக்கொள்ளவில்லை. என் குடும்பமும் ஒத்துக்கொள்ளவில்லை. என்ன செய்வது? விவாகரத்து செய்யாம லேயே வாழ்கிறோம்.

மதுவைப்போலவே கடவுளும் நாகரீகம் மற்றும் அநாகரீகம் இரண்டிற்கும் காரணமாகிறான்.

ஹீரோயின் நீச்சலுடை அணிந்திருக்கையில் க்ளோசப் ஷாட், நீண்ட வசனம் வேறு # காசு குடுத்து படம் பாக்கறவன் கேனையனா?

வயசாயிடிச்சி. . எதுக்கு பிறந்தநாளெல்லாம் என அலுத்துக்கொள்ளாதீர். இறந்தவர்களு க்கே பிறந்தநாள் கொண்டாடும் சமூகம் இது.

சில பாட்டிகள்
டாஸ்மாக்கில்
சரக்கு வாங்குவதை
பார்த்திருக்கிறேன்.
எந்த வயதில், எப்
படி பழக்கம்
ஆரம்பித்திருக்கும்?

நம்ம ஃபிக்ஸ் பண்ற
டார்கெட்டையே
நம்மால ரீச் பண்ண
முடியல. இதுல
அடுத்தவன் ஃபிக்ஸ்
பண்றத எங்க போய்
முட்டிக்கிறது.

என்கௌண்ட்
டர் கூடாதென
போராடும் மனித
உரிமை ஆர்வலர்கள்,
கொலை, கற்பழிப்பு
தவறு என ஏன்
விழிப்புணர்வுப்
போராட்டம் நடத்து
வதில்லை.

மழையை ரசிக்க கூரைத் தேவைப்படுகிறது.

காவல்துறை ஸ்ட்ரிக்ட். அவர்கள் டிபர்ட் மெண்ட்டுக்குள் கற்பழிப்பு நிகழாமல் பார்த்துக் கொள்கிறார்கள்.

இப்போதிருப்பதெல்லாம் ரௌடி உரிமைப்போராளிகள். ஒன்று மறியா அப்பாவி மனிதனின் உரிமைக்கு போராட யாருமில்லை.

மம்மி என்றால் அம்மா என சொல்லிக்கொடுத்த காலம் போய், அம்மா என்றால் மம்மி என சொல்லிக்கொடுக்கும் காலமிது.

உலகில் எல்லாம் வளர்ச்சி கண்டு கொண்டிருக்கையில் இந்த "X" மட்டும் ஏன் வளர்ச்சி காணாமல் "XXX"லேயே நிற்கிறது?

முதல் பீர் போதை நன்றாகயிருக்கையில் அதை மெயிண்ட் டெயின் செய்ய வேண்டும் என்ற பதற்றத்தில் 2, 3 என கெடுத்துக் கொள்கிறோம்.

சிலர் ஹோட்டல் வாஷ்பேசினில் டாய்லெட்டில் கழுவுவதை விட கடுமையாக வாயை கழுவுகிறார்கள் வாயால் சாப்பிட் டார்களா, வேறு ஏதாவது செய்தார்களா?

எல்லா கோணங்களிலும் காட்டிய பிறகும் ஏதோ ஒரு கோணத் தில் காட்ட மிச்சம் இருக்கும் வரைதான் ஹீரோயின்.

இப்போது ட்விட்டரில் நடிகைகளை ஃபாலோ செய்வதற்கும், அந்த கால ரசிகன், புகைப்படம் கேட்டு கடிதம் எழுதியதற்கும் என்ன வித்தியாசம்?

கொசுவை அடிக்க இரு கைகள் தேவை. கத்தி எடுக்க ஒரு கை போதும்.

இயற்கை ரசிகர்களே வெயில் என்ன செயற்கையா?

அட்டாச்டு பாத்ரூமும் அட்டாச்டு மனைவியும் இருக்கும் எத்தனை பேர் சேர்ந்து குளிக்கிறீர்கள்?

துணை நடிகைக்கு உருவாக்கப்படும் காவிய சோகம் கூட, ஏன் துணை நடிகருக்கு வாய்ப்பதில்லை?

மனைவியை பிரிந்தால் மனைவியின் அருமையும் தெரிகிறது கொடுமையும் தெரிகிறது.

மரத்தின் உச்சியில் ஏறுவது ஒரு ப்ரொஃபைல். கீழே அமர்ந்து ஒரு பழத்தையும் வீணாக்காமல் பொறுக்குவது ஒரு ப்ரொஃபைல்.

ஹார்ட் ட்ரிங்க்ஸ் குடிப்பவர்கள் சீனியராம். பியர் கிளாசில் இருப்பது போல கைப்பிடி இல்லை.

ஏன் யாரும் பலாச்சுளை மில்க் ஷேக் போடுவதில்லை?

நீ விரும்பும் ஆணைவிட உன்னை விரும்பும் ஆணை கல்யாணம் செய்துகொள் என யாரேனும் ஃபேமஸான பெண் சொல்லித் தொலைங்களேன்.

நாளை ஹைதராபாத் டூ சென்னை விமானத்தில். இறைவா! பக்கத்து சீட்டில் பெண்கூட வேண்டாம், யாருமில்லாமல் இருந்தால் போதும்.

24 / 7 ல் bar இருக்கிறது. barல் தான் 24 / 7 இல்லை.

பல இடங்களில் எவ்வளவு அடைத்தாலும் ஒழுகும் தண்ணீர், பாத்திரம் கழுவும் தொட்டியில் மட்டும் சுலபமாக அடைத்துக்கொள்கிறது.

தினமும் வணங்குவது ராமபிரான். சனிக்கிழமை மட்டும் சாப்பிடாமல் இருப்பது சில்லி பிரான்.

கடைசி பெஞ்ச் மாணவன் என்றே ஏன் சொல்லிக்கொண்டிருக்கிறீர்கள். கடைசி பெஞ்ச் ஆசிரியரராக கூட இருக்கலாம் அல்லவா?

இதுதான் முதல்முறை என்றாள் வெட்கத் தோடு. இப்படி சொல்வது இதுவே கடைசிமுறையாக இருக்கட்டும் என்றேன், கண்டிப்போடு!

பைத்தியத்தை காதலியுங்கள். காதலித்து பைத் தியமாவதை விட இது சிறந்தது.

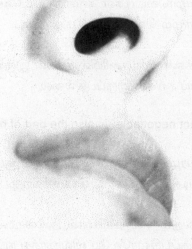

சுகப்பிரசவம் என்கிறார்களே! யாருக்கு?

லேடி டாக்டர் என்கிறோம். ஏன் லேடி இஞ்சினியர் என சொல்வதில்லை?

மின்சார ரயிலில் முதல் பெட்டி கடைசி பெட்டியாக மாறுகிறது. கடைசி பெட்டி முதல் பெட்டியாகிறது. பாவம் நடுப்பெட்டி, போரடிக்காது?

திருட்டு ரயில் ஏறி வந்தவர்கள் பலபேர் சாதனை படைக்கும்போது, ஏன் தனியாக ஒரு திருட்டு ரயில் விடக்கூடாது?

தயவு செய்து கடைசி சொட்டு ரத்தம் உள்ளவரை என்ற டயலாக்கை கடைசி ஹார்ட் பீட் உள்ளவரை என்றாவது மாற்றுங்கள்.

குருட்டுப் பணக்காரனைப்போல, குருட்டுப் பிச்சைக்காரனும் ஒருவன் அவ்வளவே!

வாழாவெட்டிகள் கவலைப்படவேண்டாம். என்ன நீங்கள் மைனாரிட்டி. வாழும் வெட்டிகள் மெஜாரிட்டி.

சிக்கன் பிரியாணியில் சிக்கன் இருக்கும் அளவில் கூட வெஜ் பிரியாணியில் காய் கறிகள் இருப்பதில்லை.

“”not negotiable” is also the part of negotiation.

பேரழகியின் கையில் இருக்கும் குழந்தை, பேரழகியை தைரியமாக ஸைட் அடிக்க உதவிக்கொண்டிருக்கிறது.

வெறும் வெறுப்பினால் அல்லாமல், ஒருவருக்கேனும் வேறு ஆஃப்ஷன் இருப்பதினாலேயே விவாகரத்து நடக்கிறது.

ராவாக குடித்து பழக்கப்பட்ட நான், ஒரு பந்த் நாளன்று அறையில் கடுமையாக தேடியதில் கிடைத்தது ஒரு சோடா!

செருப்பு தேய்ந்தாலும் நடந்தது கால்கள்தான்.

இடுப்பே இல்லாதவர்களின் இடையழகை வர்ணித்து கடுமையாக பாடல் எழுதியதின் விளைவே இப்போது சினிமாவிலாவது இடுப்பை பார்க்கமுடிகிறது.

வாழவே தகுதிஇல்லா தவர்கள், சேர்ந்து வாழ்ந்தால் என்ன? பிரிந்து வாழ்ந்தால் என்ன?

பாஞ்சாலிக்கு அவிழ்க்க அவிழ்க்க நீண்ட புடவை கொடுப்பதை விட, துச்சாதனன் கையை முடமாக்குவது தானே புத்திசாலிக்கு அழகு!

மன்மோகன்சிங் ஏனோ நாணம் கொண்ட பருவ மங்கை போல மற்ற நாட்டு அதிபருடன்.

ஏதோ அறிவியல், வரலாறில் எல்லாம் எக்ஸ்பெர்ட் போல பலரும் நான் கணக்கில் வீக் என மட்டும் ஃபேஷன் ஸ்டேட்மெண்ட்?

படு ஏழைகளில் யாரும் ஏனோ ஜென்டில் மேன் என அடையாளம் காணப்படுவதில்லை.

மார்பகத்தை விட பிரேசியரில் தான் எத்தனை வகை?

கண்ணாடி போட்டிருப்பவர்களுக்கு ஒரு வசதி. ஈஸியாக கழட்டி வைத்து ஆரம்பித்து வைக்கலாம்.

மூக்குப்பொடி ஒழிந்தது போல சிகரெட் ஒழிவதற்கு வேறு என்ன வருமோ தெரியவில்லை.

பழைய நடிகர் செந்தாமரை நடித்த கேரக்டர்களுக்கு இப்போது தமிழ் சினிமாவில் தேவையில்லாமல் போய்விட்டது.

திருட்டில் இல்லை திருட்டுத்தனம்.

அனுபவிக்கவே தெரியாதவர்கள்தான் வாழ்க்கை எனக்கு பல அனுபவங்களை கொடுத்திருக்கிறது என உளறிக் கொண்டிருக்கிறார்கள்.

கார் இருந்தால் ஃபிகர் மடியும் என சொல்பவர்களே! கார் ஃபேக்டரி வைத்திருக்கும் ரத்தன் டாடாவை பாருங்கள்.

4 ரவுண்ட் அடித்தால் நாம் எழுத்தாளர் மனநிலைக்கு வருகிறோம். 4 ரவுண்ட் அடித்து எழுத்தாளர் நம் மனநிலைக்கு வருகிறார்.

கொடுக்கப்பட்ட நேரத்திற்கு முன் வேலையை முடித்து வாங்கிய பாராட்டை வெளியே வைத்து விட்டு பெட்ரூமிற்குள் நுழையவும்.

உதட்டில் முத்தமிடும்போது அவள் கண்ணை மூடிக்கொண்டிருப்பதை பார்க்க கஷ்டப்பட்டு கண்ணை திறந்தேன். முத்தம் தோல்வியடைந்தது.

ஐ லவ் யூ விற்கு இன்னுமா மாற்று வாக்கியம் உருவாக்கப்படவில்லை?

என்னதான் காஸ்ட்லி கடையென்றாலும் வெட்டினரி டாக்டர் இறைச்சிக்கடையில் வேலைபார்க்கமுடியுமா?

என்னை பெத்தவங்களுக்கு தெரியாதா? எனக்கான கணவனை தேர்ந்தெடுக்க என சொல்பவள் உங்களை இம்ப்ரெஸ் செய்கிறாள் என அர்த்தம்.

இரண்டாவது திருமணம் ரொம்ப காஸ்ட்லி - ஆண்களுக்கு.

பழைய பனியனை தரை - கார் துடைக்க உபயோகிப்பதைப் போல பிரேசியரின் உபயோகம்? - டீ / காஃபி வடிகட்டி?

மிடில் கிளாஸ் வீட்டின் மீந்த உணவு குளிரூட்டப்பட்டே குப்பை கூடைக்குச் செல்கின்றன.

சொந்த காலில் நிற்க வேண்டுமாம். உட்காருவதைப் பற்றியும் சொல்லி இருக்கலாமே!

தேவதைக்கு வயதானால் வயதிற்கு வந்து பெண்ணாக மாறி விடுகிறாள்.

விமான பணிப்பெண் சீட் பெல்ட் போட்டிருக்கிறோமா என எட்டிப் பார்க்கையில் குறு குறு என்றிருக்கிறது.

கொசு கொஞ்சம் பெரிய சைஸில் இருந்தாலாவது சமைத்து சாப்பிட்டு கொசு பிரச்சனையை சமாளிக்கலாம்.

காக்கைக்கும் தன் குஞ்சு பொன் குஞ்சு. - பெண்பாலுக்கு மட்டும் சொல்லப்பட்டதல்ல. இருபாலுக்கும் தான்.

நடிகர்கள் ஜிப் போட கூட மறப்பதில்லை. நடிகைகள் எப்படியோ உள்ளாடை போட மறந்து விடுகின்றனர்.

லேடீஸ் ஹாஸ்டலுக்குள் நுழைந்தேன். Ctrl+A key மனதில் தோன்றி மறைந்தது.

பெண்களுக்கு ஆண்கள் மனமும், ஆண்களுக்கு ஆண்கள் மனமும் சில காலம் இருந்தால் சுவாரசியமாக இருக்கும்.

தாயன்பு எப்படி புனிதமானதென தெரியவில்லை, தன்னுடைய குழந்தைக்கு மட்டுமே செலுத்துப்படும்போது.

கன்னிப்பெண்ணிற்கும் குழந்தையிருந்தால் வசதியாயிருக்கும், ஈஸியாக இம்ப்ரெஸ் செய்வதற்கு.

சிகரெட் பிடிக்க பொது இடத்தில் தடையை விடுங்கள். தீப்பெட்டிக்கு தடை விதிக்காமல் விட்டதை நினைத்து சிரிப்போம்.

கம்பர் கண்ட கொங்கைக்கும், யோனிக்கும் இதுவரை எந்த MNC பிராண்டாலும் கூட உடை கண்டுபிடிக்கபடவில்லை.

சொல்லாத காதலையெல்லாம் சேர்த்து மனைவியிடம் கொட்டினால், அவள் என்ன செய்வாள். பாவம்.

யாரையும் பார்த்து பரிதாபப்பட யாருக்கும் தகுதியில்லை.

சொல்லி தொலைத்த காதல்களும், சொல்லாமல் சேமித்த காதல்களும் மக்கள் தொகையைவிட அதிகம்.

ஏசி ஸ்லீப்பர் க்ளாஸில் தூக்கம் வராமல் தவிக்கும்போது, க்ளாஸில் தூங்கியதை நினைத்துப்பார்க்கிறேன்.

// டாப்லெஸ் ஹாலிவுட்டில். டாப்லெஸ் but centre இந்தியாவில். //

வசீகரமான சப்ஜெக்ட்டுடன் வரும் மெயில்களை விட, சப்ஜெக்ட்டே இல்லாமல் வரும் மெயில்கள் அதிகம் ஓப்பன் செய்யப்படுகின்றன.

ரன்வேயிலிருந்து விமானம் மேலே கிளம்பும் ஒரு செகண்ட் மனம் ஞானிகள் சொல்லும் தியான மனநிலையில் இருக்கிறது.

ஓவர் மேக்கப்பில் இருக்கும் பெண்ணை கிண்டலாவது செய்ய முடிகிறது, ஆணை சகித்துக்கொள்ளவே முடிவதில்லை.

வா, வி, வெ, வே, குழந்தைக்கு பெயர் இந்த எழுத்துக்களில் ஆரம்பிக்க வேண்டும் என்றார் ஜோதிடர். நல்லகாலம் ஒரு பெங்காலி இவரிடம் கேட்கவில்லை.

அப்பாவின் பாக்கெட்டில் காசு திருடியதும், மனைவியின் தங்கையை கிஸ் அடித்ததும் பிறகொரு நாள் சொன்னால் ஒன்றாக ரசிக்கப்படுமா?

இந்த sms இல்லையென்றால் காதல் இவ்வளவு சுவாரசியமாக இருந்திருக்காது. சீக்கிரம் உடலுறவில் காணாமல் போயிருக்கும்.

மேலிருந்து கீழே முத்தமிட்டு செல்லலாம். கீழிருந்து மேலே செல்வது ஹைஜீனிக் அல்ல.

இலக்கிய கூட்டத்தில் விறைப்புத் தன்மையா கூடி விடுகிறது? இடைவேளை விடலாமே!

துறை எதுவானாலும் ஏலம் விடுவதற்கு தனி துறை உருவாக்கி தனி அமைச்சரை போடலாம் (!).

குவாட்டர் அடித்துவிட்டு பலான படம் பார்த்து கொண்டே தம் அடிக்கும் தாத்தா, வீட்டில் என்னென்ன அறிவுரை சொல்லி டார்ச்சர் செய்வாரோ!

இருக்கும் இடத்தை விட்டு இல்லாத இடம் தேடி எங்கெங்கோ அலைகிறான் - பெண் மனதிற்குள் பாடும் முதலிரவுப்பாடல்.

தலைகுளிக்காமல் மற்றும் பொடு கோடு யானையிடம் ஆசீர்வாதம் வேண்டாம். பாவம் தும்பிக்கை துரோகம்.

கற்பு அழிப்பதை விடுங்கள். கற்பு தோன்றுவது எப்போது?

செய்யப்போகிறேன் என்பதைவிட விடப்போகிறேன் என தீர்மானம் செய்பவர்களே மிக அதிகம் புத்தாண்டையொட்டி.

sexually challenged என யாரை சொல்லலாம்?

ரத்தத்தில் எல்லாம் ஐ லவ் யூ எழுத வேண்டாம். ஈ மையில் ஐடி பாஸ்வேர்ட் குடுறா பார்ப்போம்.

ஆண் கவிஞனிடத்தில் பெண் நான் உங்கள் ரசிகை என்றாலே போதும் கவர்ந்து விடலாம். பெண் கவிஞர்களிடத் தில் ஆணின் நிலைமை? அய்யோ பாவம்.

உண்மையான
முத்தம்
தூங்கும்போது,
விழிப்பு வராமல்
மென்மையாக
கொடுப்பது.

ஃபுல் ரிங் போய்
கட்டான காலை
லேட்டாக
பார்த்து, i have
seen ur miss call என
ஆரம்பிப்பவர்களை
எதால் அடிப்பது?

பிச்சைக்காரர்களுக்கு காசு போடும்போது,
பீச்சில் உட்கார்ந்து தடவிக்
கொண்டிருப்பவர்களுக்கும் ரூம் போட்டுக்
கொடுக்கலாம் போல உள்ளது.

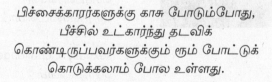

இந்திய நாட்டின் வளம் பெண்ணின் கைப்பை போன்றது. எல்லாம் இருக்கும, தேவையானபோது கிடைக்காது.

விடியற்காலை சென்னையிலிருந்து அரக்க பரக்க விமானம் பிடித்து டெல்லி அலுவலகம் வந்து மெயில் பார்த்தான்.

வெற்றி என்பது சிறுநீர் போல அவ்வப்போது வெளியேறி விடுகிறது.

சிறந்த பெண்ணிற்கு அடிமையாக முடியாத வெறுப்பைதான், கிடைத்த பெண்ணை அடிமையாக்குவதுபோல நடிக்கிறான்.

கரண்ட் கட் ஆனவுடன் மனைவியை முத்தமிட்டால், காதலோடும், கூட்டுக்குடும்பத்தில் இருக்கிறீர்கள் என அர்த்தம்.

காலிங்பெல் அடிக்கும் நேரம் தெரிந்தால் கதவு தாழிடப்படுவதில்லை.

என் அனைத்து காதலர்களையும் ஒன்றிணைத்தால், என்னை காதலித்தது தவிர வேறு ஒரு ஒற்றுமையும் இல்லை.

கடவுள் உண்மையில் இருக்கிறார்தான் போல, ஆதரவாளர்களை அதிகமாகவும், எதிர்ப்பாளர்களை கம்மியாகவும் படைத்திருக்கிறாரே!.

டாப் 10 மார்பகங்களை பட்டியலிட்டால், 20 ஆகி விடுகிறது.

நீதான் என் முதல் காதலி என சொல்வதை நிறுத்திவிட்டு, நீதான் என் கடைசி காதலி என சொல்லிப்பாருங்கள்.

power star சீனிவாசனைத்தவிர எல்லோரும் தியேட்டர் கிடைக்கவில்லை என புலம்புகின்றனர்.

ஒருவன் மிக கெட்ட குணங்களோடு இருப்பதைப்பற்றி அவன் வருத்தப்படாதவரை, அவன் அப்பாவி.

மனித உரிமை, மனிதர்களிடத்திலிருந்தே பெற போராடப்படுவது.

புள்ளி ""விவரத்தில் புலியாக இருந்து என்ன பயன்? காதலிக்கு எத்தனை மச்சம் எங்கெங்கு உள்ளது என தெரியாமல்?

விஜயகாந்த் முதலமைச்சர் ஆனால் முதலில் திகிலடைபவர்கள் போலீஸ்காரர்கள். அவருடன் நடக்கும் போலீஸ் மீட்டிங்கை நினைத்து.

புத்தாண்டை மதுவோடும் கூட்டத்தோடும் வரவேற்றுவிட்டு வந்தால் நம்மை வரவேற்க (?) வரிசையாக போலிஸ், மனைவி, அப்பா, வார்டன் etc.

சொல்லிக்கொடுப்பதில் பலமுறைகள் உண்டு. சிறந்த முறை திட்டுவது.

படம் முழுக்க கட்டிலில் தழுவிக்கொண்டே கிடக்கும் படங்கள் மட்டும்தான் எந்த படத்தையும் தழுவாமல் எடுக்கபப்டுகிறது.

டென்னிஸில் மிக்ஸ்டு டபுள்ஸ் போல கிரிக்கெட்டிலும் மிக்ஸ்டு 11 அறிமுகப்படுத்தலாம்.

சினிமாவிற்கு நான் பாப்கார்ன் பாக்கெட்டோடு போனேன். பக்கத்தில் இருந்தவன் பெண்ணோடு வந்தான்.

அப்பாவைப்போல என்று, எசகுபிசகாக ராகுல் காந்தி சிங்கள பெண்ணை கல்யாணம் செய்து தொலைக்கப்போகிறார். # கொலை நடுங்குது.

நடன அசைவுகளுக்குள் பாவம் நடனம் தெரியாமலேயே மார்பகங்களும் மாட்டிக் கொண்டன.

குடித்தால் ஒன்று இறைவனாகிறார்கள். இல்லை சாத்தானாகிறார்கள். மனிதனாக இருப்பது பிடிக்காமல்தான்
குடிக்கிறார்களோ?

காதலை ஒத்துக்கொள்ளாத பெண்கள் பரந்த மனப்பான்மை கொண்டவர்கள். அடுத்த பெண்களை காதலிக்க வழிவகை செய்து கொடுப்பவர்கள்.

எதுவுமே தெரியாது எனில்,
எதை வேண்டுமானாலும்
கற்றுக்கொள்ளலாம்.

டைப் அடிக்கும்போது பெண்
அதிகாரி, backspace ஐ
தட்டுங்க என அடிக்கடி
சொல்கிறார்.

கடவுளை வணங்கும் போது நீ உண்மையாக
இருக்க வேண்டும் எனவும் வேண்டுகிறேன்.

முன்னழகோ
பின்னழகோ
முகஅழகு
இருந்தால்தான்
எடுபடுகிறது.

அவள் நெருப்பு போல
என்றார்கள். நான் சிகரட்.

பிரேசியர் சைசை அளக்கும் விதத்தில் எனக்கு உடன்பாடு இல்லை.

லாக்கப்பில் கற்பழிக்கும் ஆசையோடு எத்தனை பேர் சப்இன்ஸ்பெக்டர் தேர்வில் கலந்துகொள்கிறார்களோ!

ஓரல் செக்ஸிற்கு வயது வேண்டுமானால் தடையாகுமே ஒழிய, பற்கள் தடையாகா!

பெண்கள் உண்மையானவர்கள். எத்தனை ஆண்கள் வலிய வந்த காதலை நிராகரித்திருக்கிறீர்கள்?

போர்வாள் என்கிறார்களே, வேறு எதற்கெல்லாம் வாள்கள் இருக்கின்றன.

அந்த காலத்தில் வெற்றுடம்பு ஊளை சதையோடு பொதுக்கூட்டத்திற்கு வருவார்கள் போல, அதனால்தான் துண்டு அணிவிக்கும் பழக்கம் தோன்றியிருக்கும்.

பெண்களுக்கு எவ்வளவு சுப்பீரியாரிட்டி காம்ப்ளெக்ஸ்? பெனிஸ் என்லார்ஜ்மெண்ட் போல யோனி சுருங்க என ஒரு விளம்பரமோ மெயிலோ இல்லை.

புத்தகக்கண்காட்சியில் வாங்காவிட்டால் யாரும் எதுவும் சொல்லமாட்டார்கள். குறித்துக்கொள்ளவே இன்று வந்தேன் என ஏன் கஷ்டப்படுகிறீர்கள்?

புணர்ச்சிக்கு பின் கைகளை உயர்த்தி முறுவலித்து சோம்பலாக இருக்கிறது என்றாள். புணர்ச்சிக்கு முன்தானே இப்படி செய்வாய் என்றேன்? ஆமாம் என்றாள்.

பிரேசியர் சுருங்கினால் மட்டும் பெண்கள் புகார் செய்வதில்லை. டைட் ஆயிடுத்து என்கிறார்கள்.

காதலியை நேரில் முத்தமிடும்போது செல்ஃபோன் பொறாமையாகவோ, கேலியாகவோ சிணுங்குகிறது.

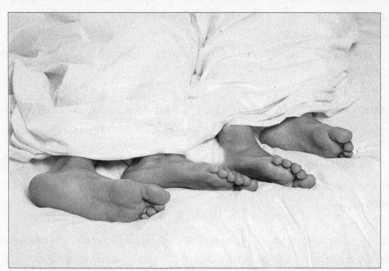

கீழே நான்கு கால்கள் இருப்பது போல மேலேயும் நான்கு கால்கள் இருந்தால்தான் கட்டிலுக்கு ஒரு மரியாதை.

சிற்றின்பத்தின் மூலம் பேரின்பமும் அடைய வாய்ப்புள்ளது. பேரின்பத்தின் மூலம் பேரின்பம் மட்டுமே!

நான் உபயோகப்படுத்தாத, ஆனால் அடிக்கடி கண்ணில்பட்டு வெறுப்பேற்றும் இங்க்லீஷ் செண்டென்ஸ்- website found waiting for reply.

நம் தன்மானமும் அடிவாங்காமல் ஈஸியாகவும் ஆட்டோகிராஃப் கிடைப்பது எழுத்தாளர்களிடம்.

சிறு துரும்பு பல் குத்த உதவும். பெரு துரும்பு பல் உடைக்க உதவும்.

தேர்தல் கூட்டணி - லிவிங் டுகெதர், தொகுதி உடன்பாடு - சீட்டிங் டுகெதர்.

புத்தக கண்காட்சியில் 2 பெண்களுக்கு நடுவில் கையை நுழைத்து ஒரு புத்தகத்தை எடுத்தான். புத்தகம் சுகப்பிரசவம்.

சில புத்தகங்கள் அச்சிடப்பட்டதை விட அதிகம் விற்று சாதனைப் படைக்கின்றன.

சிக்னலை மதிப்பதென்பது ஆட்டிட்யூட் சம்மந்தப்பட்டதல்ல. சிக்னலை மதிக்கும் டிரைன் டிரைவர், 2 வீலர் ஓட்டும்போதும் மதிப்பாரா?

ஒரு டைவர்ஸும் பண்ணிவிட்டு, அடுத்த கல்யாணத்திற்கு ஆங்கில பேப்பரில் விளம்பரமும் கொடுக்கிறது- அது பாவம் innocent ஆம்.

காதலை சொல்வதற்கு மூளையின் செயல்திறனை முக்கால்வாசி உபயோகப்படுத்தி விடுவதாலேயே பல விஞ்ஞானிகள் இங்கு உருவாவதில்லை.

சினிமாவுக்கு லாயக்கில்லை என ஓரங்கட்டிய அதே பொது ஜனம்தான் அரசியலுக்குப் பரவாயில்லை என ஓட்டை குத்துகிறது.

பழைய காதலர்களுக்கு தமிழ் சமூகம் வழங்கும் கடைசி சான்ஸ். ஆடி மாதம் புது கணவன் மனைவியை பிரித்தல்.

நினைப்பதையேபேசத்தெரியாமல்கம்யூனிகேஷன்கேப்பில்இருப்பவனுக்கு, உள்ளொன்று வைத்து புறமொன்று பேசுதல் எல்லாம் எந்தளவு சாத்தியம்.

பாவம், பள்ளிச்சுற்றுலாவிற்கும் தேனிலவிற்கும் இன்னும் வித்தியாசம் தெரியாத தேனிலவு தம்பதிகள்.

மது, பணம், பிரியாணி, நகை, புடவை என எல்லாம் கொடுத்தாகிவிட்டது. பெண்ணும் ஓட்டுப்போடவேண்டும் என்பதால் பெண் சப்ளை நடக்கவில்லை போல.

ஃபாஸிஸம், நாஸிசம் எல்லாம் காம்ப்ளெக்ஸாக உள்ளது. புரிந்துகொள்ள வசதியாக ஈஸியிஸம் ஏதும் இல்லையா?

பெண்களுக்கான தனி உலகத்தை சுவாரசியமாக்கு வதற்கு சற்றே பெண் தன்மையுடன் கூடிய ஆண் தேவைப்படுகிறான்.

மனைவியை அடிப்பதை கண்டிக்கலாம். இங்கே அம்மாவையே அடிக்கும் ஆண்களை ஏன் யாரும் கண்டு கொள்வதில்லை.

அனைத்திலும் சூப்பர் ஃபாஸ்ட் தேவைப்படுகிறது. - கடிகாரத்தை தவிர்த்து.

பொறியியல் கல்லூரி மாணவர்களை நகரம் காலையிலேயே கொப்பளித்து வெளியே துப்பிவிடுகிறது.

நான் உன் அடிமை என்பவரிடமே அடிமையாகி விடும் வினோத மனநிலை பெண்களிடம் ஆச்சரியமான ஒன்று.

வேலிக்கு ஓணான் சாட்சி. தாலிக்கு பிரேசியர் சாட்சி.

காதலித்துக் கொண்டிருப்பவன் ட்வீட் கொடுத்து நேரத்தை வீணாக்கிக் கொண்டிருப்பதில்லை.

காதலி காதலன் இருக்கையில் கூடியவரை இன்னொருவரை யாரும் காதலிக்காத போது கணவன் மனைவி ஆனவுடன் ஏன் அடுத்தவேர் மேல் காதல்?

ஏசி பஸ். பயணிகளுக்கு பதில் பஸ்ஸிற்கு வியர்க்கிறது.

ebay. comல் மேட்ரிமோனி விளம்பரங்களையும் சேர்த்து விடலாம்.

டையை அவிழ்க்கத் தெரிந்த பெண்கள் மற்றும், புடவையை அவிழ்க்கத்தெரிந்த ஆண்களில் எத்தனை பேருக்கு திரும்ப கட்டத் தெரியும்?

தேவையில்லாத உரிமைகளை எடுத்துக்கொள்ளும் போது இருப்பவற்றையும் இழக்க நேரிடுகிறது.

சிவனுக்கு ஒரு அடியாள்தான்- எமன். பிரம்மாவிற்கு உலகெங்கும் அடியாட்கள் - நாம்.

நீங்கள் பெண்ணாக மாறினால், பெண்கள் எப்படி நடந்து கொள்ளவேண்டும் என இப்போது ஆசைப்படுவதுபோல நடந்து கொள்வீர்களா?

பாலியல் உணர்வு என்பது தனிநபர் சம்மந்தப்பட்டதா? இரு, பல நபர் சம்மந்தப்பட்டதா?

குடும்பத்திற்காக குடும்பத்தையே பிரிவதென்பது ஆண்களின் உச்சகட்ட தியாகம் மற்றும் முட்டாள்தனம்.

பாதுகாப்பான உடலுறவு என்பது அறைக்கு உள்ளே காண்டம். அறைக்கு வெளியே பூட்டு.

எழுத்தாளர்கள் வாழ்வது எழுத்துக்களோடு. ரத்தமும் சதையுமான மனிதர்களோடு அல்ல.

தொடரும் என முடிவதுபோல ஒரு சிறுகதையும், முற்றும் என முடிவது போலவே ஒரு தொடர்கதையும் எழுதத்தொடங்கி உள்ளேன்.

ஒரு சினிமா பார்த்தேன். படமும் சரியில்லை. இடைவேளையும் சரியில்லை.

புத்தகத்தின் டைட்டிலால் சில
புத்தகங்கள் வேகமாக விற்கின்றன.
உள்ளே குப்பை.   இது ஆபத்து.

மோதல் காதலில்
முடிந்தால் காதலும்
மோதலில் தான்
முடியும்.

பூக்காரி உண்டு.   பூக்க
ரரன் இல்லை.   பூக்க
டைக்காரன்தான் உண்டு.

இலங்கை
குடியுரிமைக்கு
விண்ணப்பிக்கலாம்
என உள்ளோம்.
tn fisherman

குரங்கு நம் முன்னோர்கள்
என்பது சரிதான் போலுள்ளது.
ஒரு குரங்கிற்கும் நமது
வீட்டில் இடமில்லையே.

தனித்தமிழ்நாடு
கேட்பவர்களே என்ன
மாற்றம் வந்துவிடும்?
முதலமைச்சருக்கு
பதில், கருணாநிதியோ
ஜெயலலிதாவோ
பிரதமராக
இருப்பார்.

வேறு எந்த மிருகங்களின் வாலையெல்லாம் நிமிர்த்திவிட்டு, கடைசியில் நாய் வாலை நிமிர்த்த முடியாது என்ற முடிவிற்கு வந்தனர்?

இறந்தகாலம், நிகழ்காலம், எதிர்காலம் எல்லாம் வாக்கியங்களுக்குத் தான். வாழ்கைக்கு இல்லை.

பொது இடத்தில் புகைபிடிப்பதை பிறகு தடை செய்யலாம். பொது இடத்தில் கொலை செய்வதை முதலில் கவனிக்கவும் #tn fisherman

1)கடவுள் கற்பனைக்கு அப்பாற்பட்டவர்.
2) கற்பனை எல்லைக்குட்பட்டது இல்லை.

டீ ஷர்டை கழட்டியபின் தான் தெரிந்தது, வெளியே எழுதியிருக்கும் டீ ஷர்ட் வாசகம் எவ்வளவோ மேல்.

உள்ளாடை போடாமல் வருவது நடிகைகளின் கருத்து சுதந்திரம் சம்மந்தப்பட்டது. அவர்கள் உலகிற்கு ஏதோ சொல்ல முயல்கிறார்கள்.

அபார்ட்மெண்ட் விளம்பரங்களில் இதுவரை இடம்பெறாத வசதி பிணவறை.

தாழ்வு மனப்பான்மை உள்ளவனை பார்த்தால் ஒரு ப்ளாக் ஆரம்பித்து கொடுக்கவும்.

தமிழ்நாட்டில் பாஸ்டர்ட் என்பதை விட மோசமான வசையாக கருதப்படுவது- "உனக்கு ஆங்கிலம் சரியாக தெரியவில்லை" என்பது.

குருவி சுடுவதை போல
என்னும் சொல்வடை தமிழ்
மீனவனை சுடுவது போல என
மாறிவிடும் அபாயம்.
tn fisherman

காதல் ஜியாண்ட் வீல் போல
சுத்தும் போது த்ரில்லாக
இருக்கும் முடிந்தபின் அதே
இடத்தில் இறக்கிவிடப்படுவீர்.

2 லட்சம் கோடி என
நடக்கும் ஊழல்களை
பார்த்தால் ஸ்விஸ் வங்கி
போல இந்தியாவே
ஆரம்பித்துவிடலாமே!

பணம் கறுப்பாக அச்சடிக்கப்பட்டு,
வரி கட்டிய பின்னே வெள்ளையா
கிறது.

படுக்கையறையில் பேசு
வது பொய் அல்ல. அந்த
கணத்தின் உண்மை.

தற்கொலைக்கு பலர் விரும்பி முயல்வது
போல, பைத்தியமாக வேண்டும் என
விரும்புபவர்கள் ஏன் இல்லை?

ஒருத்தி உங்களை காதலிக்க வேண்டும்
என நீங்கள் நடித்தால், உண்
மையான உங்களை காதலிக்கக்கூடிய
ஓராயிரம் காதலிகளை இழப்பீர்கள்.

7 மாதத்தில் வயிற்றில்
இருக்கும் குழந்தை நாம்
சொல்வதை எல்லாம்
கேட்குமாம். அப்போது
மட்டும் தான் கேட்கும்.

தன்னைவிட தன் படைப்பு வெற்றி பெறுவதை
அனைவரும் விரும்புவர். - கடவுள்?

வேலண்டைன்ஸ் டே என்பது
காதலர்கள் தினம்தானே தவிர,
காதலை வெளிப்படுத்தும் தினம்
அல்ல.

விருப்பமுள்ளவர்கள்
மட்டும் வருமானவரி கட்
டலாம் எனில், தற்போது
பீத்திக்கொள்ளும்
எத்தனை பேர் அதே வரி
கட்டுவீர்கள்.

கூட்டணி அரசும்,
குக்கரும் ஒன்று.
இரண்டிலும்
பிரஷர் அதிகம்.
ய் மன்மோகன்
எஃபெக்ட்.

1 1/2 மணி நேர உலகப்படத்தை காப்பி அடித்து 2
1/2 மணி நேர தமிழ் படமாக இழுப்பதால், இனி
இயக்குநரை இழுக்குநர் என அழைக்கலாம்.

ஓடி விளையாடு
பாப்பா மட்டும்
எழுதாமலிருந்திருந்தால்,
இப்போது
தெரியுமளவிற்கு
கூட பாரதியை
தெரிந்திருக்காது?

பேயே இல்லைம்மா,
பேயை யாராவது பாத்
திருக்கோமா? என மகளுக்கு
சொல்லிக் கொடுக்கிறேன்.
ம்ம்.. கடவுளின் ரவுண்ட்டும்
வரும்...

காத்திருக்காமலோ
காக்கவைக்காமலோ சந்திப்பு
நிகழ வாய்ப்பேயில்லை என்பது
காத்திருப்பவருக்கு மட்டும்
புரிவதேயில்லை.

இலங்கை அரசே ஊருக்கு
ஒரு தூதரகம் திற.
அரசியல்வாதிகளுக்கு
ஆர்பாட்டம் நடத்த
வசதியாகும். உங்களுக்கும்
பிரச்சனை அதோடு முடியும்.

பெண்களுக்கு கடவுள் விஷயம் ஒரு
பொருட்டே இல்லை போல. நாத்
திகனுக்கும் ஆத்திகனுக்கும் பெண்பால்
இல்லை.

டிஸ்டிலிரீஸ் - புரூவரீஸ் லைசென்ஸை மகளிர் சுய உத விக்குழுக்களுக்கு கொடுத்தால், தமிழக பொருளாதாரம் சமத்தன்மை எட்டும்.

ஆணுறை வாங்கும் ஒவ்வொரு முறையும் நோக்கம் நிறைவேறும் என சொல்வதற்கில்லை.

படுக்கையறையிலும் பவர் பிளே கேட்கும் கிரிக்கெட் ரசிகை

அடுத்து எங்கே என்ன செய்வதென தெரியாமல் மூச்சு முட்டி திகைக்கவைப்பதில் இருக்கிறது பெண்மை.

இனிமேலாவது இரண்டாவது உலகப்போரை, பாசிட்டிவாக கடைசி உலகப்போர் என அழைக்கலாமே!

காமம் ஓரிடம். கலவி ஓரிடம்.

வன்மையாக கண்டிக்கிறோம் என்ற பாழாய்போன பதப்பிரயோக த்தை எந்த தயிர்வடை ராஜ தந்திரி கண்டுபிடித்திருப்பார்?

பிரயாணமே செய்யாத மனிதர்களை பார்க்கும்போது, ஏனோ மரம் செடி கொடி நினைவிற்கு வருகிறது.

எவருக்கும் தன் இயல்பு பிடிப்பதில்லை. மறு கட்ட மைத்துக் கொண்டே இருக்கிறோம், எவருக்காகவோ.

விதவிதமான அத்தனை முட்டாள்களையும் ஒரு குடையின் கீழ் கொண்டுவருவது ச ாமான்யமான காரியமா? - சாமியார் தொழில் சிரமமானதுதான்.

எதுவுமே கிடைக்கும் வரைதான் த்ரில். த்ரில்லைத்தவிர.

love marriage is teen work. arranged marriage is team work.

எத்தனையோ காதல் கடிதங்கள் சரியாக இன்பாக்ஸில் வந்திருக்கும்போது, கல்யாண பத்திரிக்கை எப்படியோ spam க்கு சென்றது.

காதல் கடிதங்களை எல்லாம் bcc போட்டு அனுப்புபவர்களை புரிந்து கொள்ள முடிகிறதா?

பெண்களை பொறுத்தவரை 'A' joke ஜஸ்ட் லைக் a joke.

பெண்ணுரிமையின் வளர்ச்சி கள்ளக்காதலோடு நிற்கிறது. சின்ன வீடு அளவு கூட முன்னேறவில்லை.

தற்கொலை வசீகரமாகத்தான் இருக்கிறது, நடிகைகளைப்போல.

ஒரே சிகரெட்டை பகிர்ந்து கொள்ளும் நண்பர்கள், ஒரே தேனீர் கோப்பையை பகிர்ந்து கொள்வது இல்லை.

உள்ளாடை போடும்போது இருக்கும் தன்னம்பிக்கை, உள்ளாடை அவிழ்க்கும்போது இருக்கிறதா?

1/1 = 1, new baby.

பெண்கள், புனிதப் பூச்சை தைரியமாக உதிர்த்துவிட்ட பிறகு அவ்வப்போது பூசிக்கொள்ளலாம் என்ற நப்பாசை கூடாது.

பதில் தெரியாத கேள்விகள் இருப்பதைப் போலவே, கேள்வியே தெரியாத நிறைய பதில்கள் உள்ளன.

திருமணம் தந்திரசாலி. காதல் வெற்றி பெற்றாலும் தோல்வி யடைந்தாலும் திருமணத்திலேயே முடிகிறதே!

சுப்ரீம் கோர்ட்டின் பெரும்பகுதி நேரத்தை மத்திய அரசு தான் எடுத்த முடிவுகளால் விழுங்கி விடுகிறது.

எவ்வழியில் கிடைப்பினும் வருமானமே என நினைப்பவர்களுக்கு, வருமானத்திற்கு அதிகமாக சொத்து சேர்த்தல் என்றால் என்ன புரியும்?

அனைத்தும் உயர்ந்தபின் கடைசியாகத்தான் சம்பள உயர்வு.

ஆன்லைனில் கல்யாணப் பத்திரிக்கை அனுப்புபவர்கள், அக்கவுண்ட் நம்பரையும் அனுப்பினால் fund transfer செய்ய வசதியாக இருக்கும்.

யார் மனைவி என தெரிவதற்கு முன்பே தெரியாத மனைவியின் தங்கைமேல் மெல்லிய காதல் பூத்து விடுகிறது.

ஆண்கள் 2 வகைப்படுவர். பெண்கள் 500 கோடி வகைப்படுவர்.

சிரிப்பது போல, பொய் பேசுவதும் மனிதர்களுக்கே உரிய அழகியல் அம்சங்களில் ஒன்று.

மக்களாட்சி மலர்ந்து 60 வருடங்களுக்கு மேலாகியும் இன்னும் ஏன் ராஜதந்திரம் என்ற வார்த்தையை கட்டித் தொங்கிக்கொண்டு?

எல்லோருக்கும் உயிர் வாழ்ந்து கொண்டேயிருக்க விருப்பம். அதற்கு ஓராயிரம் சாக்கு போக்கு.

தலைவன், தலைவர் ஆகும்போது வீழ்ச்சி ஆரம்பிக்கிறது.

காதலை தேடி சதா அலைந்து கொண்டிருக்கும்போது, உங்களை காதலிக்க முயல்பவர்களை தவற விடுகிறீர்கள்.

ராட்சசி! ஒவ்வொருமுறையும் கிளம்பும் போதுதான் சொல்கிறாள், பீ இன் டச்.

பணம் மட்டும் இருக்கும் ஆணின் பர்சை விட, அதைத்தவிர என்னென்னமோ இருக்கும் பெண்ணின் பர்ஸ்தான் வசீகரம்.

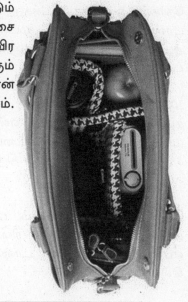

அமெரிக்கா சந்தை சார்ந்த பொருளாராதாரம். இந்தியா மந்தை சார்ந்த பொருளாராதாரம்.

அழுக்கு போகும் என சொன்னால் பெரிதாக வாங்கமாட்டார்கள் என உணர்ந்து, அழகாக்கும் என சொல்லி விற்கிறார்கள் - சோப்.

தேர்தல் ஒழுங்கா நடக்கணும்னா டாஸ்மாக்கை மூடணும். ஆட்சி ஒழுங்கா நடக்கணும்னா டாஸ்மாக்கை திறக்கணும்.

100 ரூபாய் கட்டை ஒரே தடவையில் சரியாக எண்ண முடிகிறது. 1000 ரூபாய் கட்டை 2, 3 முறை எண்ணினால்தான் திருப்தி வருகிறது.

Q1 ரிஸல்ட் அட்டகாசம் டாஸ் மாக் கம்பனிக்கு. Q1 ரிஸல்ட் எப்போதும் சரியில்லை டாஸ்மாக் கில் குடிப்பவனுக்கு.

பரபரப்பான கதை சப்பென முடிவது போலவே இருக்கும், கடைசியில் அவன் அவளின் மொபைல் நம்பரை கேட்டே விடும்போது.

இப்போது அனுப்பிக் கொள்ளப் படும் SMSகளை பார்த்தால், SMS & sex motivating service.

பிரதமர் ‘எனக்கு எதுவும் தெரி யாது‘ என்பது தலாய் லாமாவுக்கு மட்டுமே புரியும். அது ஜென் தத்து வத்தோடு சம்மந்தப்பட்டது.

நக்ஸலைட்கள், தீவிரவாதிகள் எல்லாம் ஏன் நடிகைகளை கடத்து வதில்லை. அரசாங்கம் மற்றும் பொதுமக்களுக்கு சுவாரசியமாக இருக்குமே.

வைகோ எடுக்கும் முடிவு எப்போதும் சிறந்ததாகவே இருக்கிறது. ஆனால் வெற்றி கரமானதாக இருந்ததில்லை.

சேப்பாக்கம் ஸ்டேடியத் தில் தீவிரவாதிகள் பாம் வைக்க சுலபமான வழி - சொறி நாய் உடலில் பாமை கட்டி உள்ளே அனுப்பிவிடலாம்.

மத்த கேப்டன்களுக்கு சச்சின் கிடைத்தது போல, கேப்டன் சச்சி னுக்கு யாரும் கிடைக்கவில்லை.

உலகம் முழுக்க புகழ் பெற்று விட்டதை, ‘உலக புகழ் பெற்ற’ என மீண்டும் சொல்லித்தான் தெரிய வேண்டுமா?

உறவில் ஊசலாட்டம் இல்லாதவர்கள் ‘உன்னை ரொம்ப மிஸ் பண்றேன்‘ என உளறிக்கொண்டிருக்கமாட்டார்கள்.

‘ஓசிக்கு அலையும் பிச்சைக்காரர் களே‘ என்பதைத்தான் நீட்டி முழக்கி விரிவாக சொல்லியிருக்கிறார்கள் தேர்தல் அறிக்கைகளில்.

அடுத்த தேர்தல் அறிக்கையில்.. 30 வயதுக்கு மேலாகியும் தி ரு ம ண ம ா க ா ம ல் இருப்பவர்களுக்கு அரசே.

வைகோ சச்சின் மாதிரி. தலைவர் பதவி சரிவரவில்லை.

கெட்ட விஷயங்களில் ஒரு நன்மை, அவைகளில் போலி இல்லை. உதா: தீவிரவாதி, திருடன், கொலைகாரன், அடிப்படைவாதி.

டாப்லெஸ்ஸிலும் கம்பீரமாக தெரியும் பெண்களிடம் டை கட்டும் ஆண்கள் தெரிந்து கொள்ள நிறைய இருக்கிறது.

இடை இனம் இடையில் அழிய இருந்து மீண்டது. இடை இனம் காப்போம்.

கூச்சமே இருக்கது - பெண்களுக்கு, மிஸ்கால் கொடுக்கும் போது. ஆண்களுக்கு, எடுக்காமலிருப்பினும் தொடர்ந்து அடிக்கும்போது.

எல்லாப் பெண்ணையும் ஏதோ ஒரு கணத்தில் காதலிக்கும் ஆணின் மனநிலை புரிந்த புதிர்.

> அரபு நாடுகளிடம் இருப்பது எண்ணை, மேற்கத்திய நாடுகளிடம் இருப்பது கொழுப்பு.

கொலை செய்யும் கணத்தை விட, கொலை செய்ய வேண்டும் என முடிவு எடுத்த கணம்தான் மிகவும் வன்முறை நிரம்பியது.

சிறப்பாக அவுட் ஆனார் என ஒரு விஷயத்திற்காக மட்டுமே இதுவரை சச்சின் கைதட்டல் வாங்கியதில்லை.

ட்விட்டரில் பெண்ணிடம் ஐ லவ் யூ சொன்னால், ரிப்ளை கொடுக்காமல் ரீட்வீட் செய்தால் என்ன அர்த்தம்?

தாய்மார்களுக்கு உண்மையிலேயே உதவி செய்ய நினைத்தால், அரிசி, கிரைண்டருக்கு பதிலாக, தினமும் 1 கிலோ இட்லி மாவு கொடுக்கவும்.

no ball & free hit. no balls &?

உன் உதவியில்லாமல், இதுவரை உன்னை முத்தமிடாத இடத்தில் முத்தமிட வேண்டும்.

நரமாமிச உணவகம். தமிழன் 65 குடுங்க. ஸ்பைனா ஸ்பைன் லெஸ்ஸா?

'உயர்தர' என்ற வார்த்தையை உபயோகப்படுத்துவதில் அசைவ உணவகங்களுக்கு அப்படி என்ன இன்ஃபீரியாரிட்டி காப்ம்ளெக்ஸ்?

போட்டிக்கும் பொறாமைக்கும் ஒரே வித்தியாசம்தான். பொறாமை - தியரட்டிகல் போட்டி - ப்ராக்டிக்கல்.

எந்த ஒரு சுடு சொல்லுக்கும் முன்னால் ப்ளீஸ் போடுவது கயவாளித்தனம். # ப்ளீஸ் கேள்வி கேட்டு தொலைக்காதீங்க.

தற்கொலை என்பது கடவுளின் ப்ரோக்ராம்மிங் எர்ரர்.

மிக மோசமான சுயநலமான பேராசை, என் குழந்தை குழந்தை யாகவே இருக்ககூடதா!

மனைவியின் 8 மாத வயிற்றில் குழந்தை அசைவதை பார்க்கும் போது கொஞ்ச நேரம் மாற்றி வைத்துக்கொள்ளலாமே என தோன்றுகிறது.

படைப்பு சுதந்திரம் படைக்க மட்டும்தான்.

பதிவாகாத ஓட்டுக்களை 49 ஓ பிரிவில் சேர்க்கப்படும் என்றால் என்ன ஆகும்.

திருமணத்திற்கு 4 பெண்ணை பார்த்துவிட்டு பிடிக்கவில்லை யெனில் 49 ஓ போட்டு விட்டு விடுவீர்களா?

ஆண்பால், பெண்பாலை தவிர இன்னும் 4 பால் இருந்தால்தான் எந்த பால் சிறந்தது என முடிவு செய்ய முடியும்.

36 வயது ஆள் பௌலிங் போடும் போது 16 வயது சிறுவன் அடித் ததும் சிறப்பு. 20 வயது சிறுவன் போடும்போது 38 வயது ஆள் அடிப்பதும் சிறப்பு. சச்சின்

பரீட்சை எழுதிவிட்டு வந்தவனிடம் கேட்டாள், என்னிடம் உனக்கு பிடித்தது எது? உடனே சொன்னான் - none of the above.

தமிழ்நாடு பூரா சாராயம் விக்கிற, எந்த ஆட்சி வந்தாலும் முதல்ல சட்டசபை வளாகத்துல டாஸ்மாக் ஓப்பன் பண்ண வேண்டும்.

அரசே மது விற்கும்போது, விஜயகாந்த் சட்டசபையில் குடிப்பதை வரவேற்கிறேன்.

அதிகாரத்தை தலையணைக்கு அடியில் வைத்துக்கொண்டு நமக்கு தெரியாமல் இன்னும் எத்தனை அமைப்புகள் தூங்கிக் கொண்டிருக்கின்றனவோ.

அழகுப் பெண்கள் எதில் பயணம் மேற்கொள்கிறார்கள்? எதிலுமே, எப்போதும் தாத்தா பாட்டி தான் நம்முடன் பயணிக் கிறார்கள்.

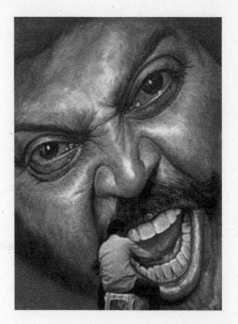

விஜயகாந்த்தை போல வெளிப்படையாக குடிகாரன்தான் என காட்டிக் கொள்ளும் தைரியம் அரசியலில் எத்தனை பேருக்கு உள்ளது?

சீண்டும் இன்பத்திற்காக,
தீண்டும் இன்பத்தை
தொலைப்பவர் பலர்.

உலகக்கோப்பையை இந்தியா வென்ற செய்தியை மட்டும்தான் ஜெயா டிவியும், கலைஞர் டீவியும் ஒரே மாதிரி தெரிவித்தன.

மார்கெட்டிங்க் பண்ணு, தப்பில்லை.
CEO நாங்கதான்,
நீ வரக்கூடாது.
அரசியல்வாதி TO நடிகர்.

பிக்பாக்கெட் திருட்டில் அதிகம் பணத்தை இழப்பவர்கள் ஆண்களே!

சட்டசபைக்கு மது அருந்திவிட்டு வரக்கூடாது என விதி ஏதேனும் உள்ளதா?

பாவி - க்ஷண நேர இன்பத்திற்காக இப்படி செய்து விட்டாயே- பின்னே, க்ஷண நேரத்தில் முடித்தால், இப்படித்தான் திட்டுவாள்.

சினிமாக்காரர்கள் கெட்ட வார்த்தையில் திட்டும்போதும் சார் போட்டுதான் திட்டுவார்களா?

> எந்த அரசியல்வாதியின் வாரிசாவது ராணுவத்தில் அல்லது IAS, IPS ஆக இருக்கிறார்களா?

அடுத்து வரம் டைவேர்ட்ஸ் என தெரியும் போது, திருமண வரம் கேட்பவருக்கு கடவுள் என்ன செய்ய வேண்டும் என எதிர்பார்க்கிறீர்கள்?

நாம் கிட்டத்தட்ட கடவுளாக மாறும் போதும், கடவுள் இல்லை என்கிறோம்.

நான் அந்த மாதிரி பொண்ணு - என்று யாரேனும் இதுவரை கூறியுள்ளார்களா?

மினி ஸ்கர்ட் சற்றே மேலேறினால் பேண்ட்டி தெரிவது அந்தக்காலம். பேண்ட்டி இருக்கிறதா இல்லையா என தெரிவது இந்தக்காலம்.

கற்பின் இலக்கணப்படி கற்பைப்பற்றி பேசினாலேயே, யோசித்தாலேயே பெண்கள் கற்பிழக்கக்கூடும்.

டிப்ஸ் வைத்த பணத்தில் இருந்து பாதி எடுத்து என் பையிலேயே வைப்பதின் மூலம் சற்றே தன் பங்களிப்பையும் செய்கிறாளாம் தோழி.

இண்டர்நெட் ஸ்கேண்டல்ஸ் படி பார்த்தால் ஓரல் செக்ஸில் அதீத ஆர்வம் பெண்களுக்கு - அதை படம் பிடிப்பதில் அதீத ஆர்வம் ஆண்களுக்கு.

முன் வைத்த காலை பின் வைக்க மாட்டேன் என்பவர்கள், கை விஷயத்தில் எப்படி?

முத்தமிடும்போது மெல்ல கடிக்கலாம், தப்பில்லை. வாயில் முறுக்கு எல்லாம் வைத்துக்கொள்ளக்கூடாது.

பயண நெரிசலில் கர்பம் கலைவது மோசம், அதனினும் மோசம் கர்பம் தரிப்பது.

செக்ஸின் போதும் கமா, முற்றுப் புள்ளி பயன்படுத்த தெரிந்திருக்க வேண்டும்.

'கன்னி' என்பது இனி கனவு என்பதால் தானோ கனவுக்கன்னி என்றனர்.

சமையலறையில் கிடைக்கும் வெரைட்டி போல படுக்கையறையிலும் கொடுக்கிறீர்களா?

கே: படுக்கையறையில் உங்கள் கணவர் திருப்திப் படுத்துகிறாரா?
ப: எல்லா அறைகளிலும்தான் திருப்திப்படுத்துகிறார்.

பூவோடு சேராமலேயே உன் பின் கழுத்து மணக்கிறதே!

நாம் ஆரம்பிக்கவே இல்லை. அதற்குள் இந்த மழை நின்று விடதே!

உன் உடலில் அதிகம் முத்தம் பெற்ற பகுதியால் மட்டுமே அதை சொல்ல முடியும்.

கொடுக்கல் வாங்கலில் சரியாக இருப்பது உதடுகள் மட்டுமே.

ஆடையில்லாமல் ஓடுபவளைவிட, ஆடையுடன் நளினமாக தூங்குபவள் செக்ஸி.

உன் உடலில் உள்ள வேகத்தடைகள் எல்லாம் வேகத்தை அதிகப்படுத்தவே செய்கின்றன.

குளியலறையை படுக்கையறை ஆக்கினேன், பதிலுக்கு நீ படுக்கையறையை குளியலறை ஆக்கிவிட்டாய். - முத்தக்குளியல்.

ஒட்டுப்பெட்டிக்கும் மார்பகத்திற்கும் நல்ல ஒற்றுமை. இரண்டிற்கும் 4 அடுக்கு பாதுகாப்பு.

ஆடையில்லா மனிதன் (படுக்கை) அறை மனிதன்.

முட்டிப்போட்டு காதலை சொல்லலாம். ஒத்துக்கொண்டால் அந்த பொஸிஷனிலேயே முத்தமிடாமல் எழுந்து முத்தமிடவும்.

பிஞ்சிலேயே பழுத்ததைவிட, பழுத்தும் பிஞ்சாக இருப்பவர்கள் அசீர்வதிக்கப்பட்டவர்கள்.

முன்னுக்கு பின் முரணாக பேசினால் கூட பொறுத்துக்கொள்வர் பெண்கள், செயலில் இறங்கினால் முதலில் எரிச்சலடையக்கூடும்.

பாதி ஆட்டத்தின்போதுதான் போடப்படுகிறது டாஸ் - படுக்கையறையில்.

உன் ஆடை அவிழ்க்க உதவி செய்கிறாய். என் ஆடை உடுக்க உதவி செய்கிறாய்.

சச்சின் போல பிள்ளையை வளர்க்கட்டுமா? மும்பை இண்டியன் போல டீமை வாங்கி கொடுக்கட்டுமா என்றேன் மனைவியிடம்.

உளவுத்துறை சர்வே, பத்திரிக்கை சர்வே அது இதுன்றாங்க. இதுவரை என்னிடமோ எனக்கு தெரிந்தவரிடமோ ஒருவரும் கருத்து கேட்டதில்லை.

நல்லரவின் படம் ஓகே!
- இதில் நல்லரவு எது?

சிலர் குழந்தைக்கு பொம்மை வாங்கி தர வசதி இல்லாததால் நிறைய பாப்பாக்கள் பெற்று தருகிறார்கள்.

> புத்திசாலித்தனத்தை காட்டிக்கொண்டே இருப்பது முட்டாள்தனமானது. முட்டாள்தனத்தை காட்டிக்கொள்ளாமல் இருப்பது புத்திசாலித்தனமானது.

என்னை ஏமாத்திட மாட்டியே என படுக்கையில் வீழ்ந்த பின் கேட்பதற்கு தற்போது அர்த்தம் மாறிவிட்டது.

push up bra - ஆண்களை ஏமாற்ற பெண்கள் அணிவதில்லை. சக ஆண்களை ஏமாற்ற ஆண்களே அணியச் சொல்கின்றனர்.

துணைவி என்ற சொல்லை இணைவி என்று கூட மாற்றாமல் இந்த பெண்ணியவாதிகள் என்ன செய்து கொண்டிருக்கிறார்கள்?

நேரம் தவறாமையை போதிப்பது ஒரு ஏமாற்று வேலை. சாமானியர்கள்தான் கடைபிடிக்கின்றனர். சாமானியர்களாகவே இருக்கின்றனர்.

கலவியில் முடியும் சண்டை - சண்டே. சண்டையில் முடியும் கலவி - மண்டே.

பிரேசியர் ட்ரையல் ரூமில் ஆண்களை அனுமதிக்காதது படு அபத்தம்.

நாம் உபயோகப்படுத்தும்
நம்பர் சிஸ்டத்திற்கெல்லாம்
அப்பாற்பட்டது கணிதம்.

செம்புலப்பெயனீர்
போல சரக்கும் கோக்கும்
தாம் கலந்தனவே-
டாஸ்மாக் லீவ் ஃபீலிங்.

யாரோ கொலை
செய்வதை விட
தற்கொலை மேல்
என்ற அளவிலாவது
ஓட்டு போட
செல்லுங்கள்.

வோட்டே
போட்டதில்லை என
பெருமையாக
சொல்பவர்களே,
அதற்கு மாற்றாக
தங்களின்
பொலிட்டிகல்
ஸ்டேண்ட்
என்ன என்று
சொல்லுங்களேன்.

தீபாவளி, பொங்கல்
ஸ்பெஷல் பேருந்து
விடுபவர்கள், தேர்தல்
ஸ்பெஷல் விடாதது
ஏமாற்றம். கள்ள
வோட்டுக்கு வசதியா?

விபச்சாரத்தை
சட்டபூர்வமாக்க
முயற்சிப்பதை போல வோட்
டுக்கு பணம் கொடுப்பதையும்
சட்டபூர்வமாக்க
முயற்ச்சிக்கலாம்.

புணர்ச்சி விதி படித்துக்
கொண்டிருக்கிறேன்.
விதியே என புணர்ந்து
கொண்டிருப்பவர்கள்
பற்றி ஏதும் இல்லை.

யாராவது
கட்டிப்பிடித்துக்
கொண்டு
தூங்குகிறீர்களா?
முடிகிறதா? தூக்கம்
வருகிறதா?

ச்சீய்.. நீ ரொம்ப
மோசம்.. இதெல்லாம்
உன் டிவோர்ஸுக்கு
அப்புறம்தான் என்றாள்.

ஊனமாக படைக்கத்தெரிந்த இறைவனுக்கு, ஏன் 4 கண், 4 கை, 2 இதயம், 6 கிட்னி என எக்ஸ்ட்ராவாக படைக்கத்தெரியவில்லை?

ரகசிய பைத்தியமாக இருந்தவன், ஆன்மீக வகுப்புகளில் கலந்து கொண்ட பின்பு வெளிப்படையான பைத்தியம் ஆகி விடுகிறான்.

எந்த தமிழ்க்குடிமகனாவது நடிகையின் சகோதரனாக பிறக்க ஆசைப்படுகிறார்களா?

செக்ஸ் பரிசோதனை செய்யும்போது, தான் நிர்வாணமாக படுப்பதை விட உடனிருப்போர் நிர்வாணமாக படுத்தால்தான் பலன் தெரியும்.

நடக்கும் ஊழல்களின் அளவை பார்க்கும்போது, நாசிக் அச்சகம் எப்படி சமாளிக்கிறார்கள்? 3 ஷிப்ட் வேலை செய்கிறார்களா?

காதலனின் காத்திருப்பு காதலி பிறப்பதற்கு காத்திருத்தலிலிருந்து ஆரம்பித்துவிடுகிறது.

பூ மலர்வதை எப்படி பார்க்க முடியாதோ, அதேபோல குழந்தை முதன்முதலில் 'அம்மா' சொல்வதையும் கேட்க முடியாது.

நடிகைக்கு, குழந்தைக்கு, நாய்க்கு பெயர் வைப்பதை விட சுலபம் காதலிக்கு பெயர் வைப்பது. # கற்பனை வறட்சி.

ஆணுறை எய்ட்ஸை தடுப்பதில் பெரும்பங்கு வகிக்கிறது. குழந்தைகள் விவாகரத்தை தடுப்பதில் பெரும்பங்கு வகிக்கின்றனர்.

சென்னை மெட்ரோ ரயிலில், பூ, கடலை, ஐடெம்பிகேஷன் கார்டு கவர் விற்பவர்களுக்கெல்லாம் அனுமதி உண்டா?

ஒரு சினிமாவிற்கு இணையத்தில் 100 விமர்சனம் படிக்கும் நோய்க்கு என்ன பெயர்?

பெண்களுக்கு கட்டற்ற பாலியல் சுதந்திரம் வேண்டும் என்பதில் பெண்களை விட தீவிரமாக ஆண்கள்.

இன்னிக்கி மூட் நல்லால்ல வேண்டாம் என்பதைவிட மூட் நல்லாருக்கு இன்னும் ஒரு முறை என்ற பாலியல் சுதந்திரத்தை முதலில் கொடுங்கப்பா.

எழுத்தாளர்கள் அமைச்சரானால், ஜெமோ - அறநிலையத்துறை. எஸ். ரா -முதியோர் பென்ஷன். சாரு- கலால் துறை.

புலி பதுங்குவது பாய்வதற்காம். ஊருக்கே தெரிந்த பின் என்ன பெரிய தந்திரம் வேண்டி கிடக்கு.

விவாதத்திற்கே வரையறை இல்லாதது தான் விவாதத்தின் சிறப்பு.

மௌன விரதத்தை பற்றி நகுலனிடம் கேட்டிருக்க வேண்டும்.

தற்போது வளையல் உடைந்து கிடப்பதை பார்க்கும் பாக்கிய மெல்லாம் வேறு வழியில்லாமல் பாடாவதி அறை எடுக்கும்போது மட்டுமே கிடைக்கிறது.

விபச்சாரத்திலிருந்து கடவுள் வரை புரோக்கர்களுக்குத்தான் மதிப்பு அதிகம்.

குப்பைக்கூடையை எவ்வளவு நாள் தான் குப்பைகூடையில் போடாமல் வைத்திருப்பீர்கள்?

உடுத்தாத புடவைய்யை தேர்வு செய்யும் நேரத்தை விட உடுத்திக் கொண்டே இருக்கும் நைட்டியை தேர்வு செய்யும் நேரம் மிகக் குறைவு.

பெண்ணைப்பற்றிய ஆணின் ட்வீட் எதுவும் உண்மையில்லை. ஆணைப்பற்றிப் பெண்ணுக்கு ட்வீட் கொடுக்கத் தெரியாது.

அடிமையாய் இருக்க ஆசைப்படு பவர்களை சுதந்திரம் அடைய வற்புறுத்துவது அவர்களின் சுதந்திரத்தில் தலையிடுவதாகாதா?

வெற்றி தோல்விக்கு இடமே இல்லாத விளையாட்டை கண்டு பிடித்தேன். தோல்வி யடைந்தேன்.

மணமகன் / மணமகள் தேவை விளம்பரத்தை எழுதும் நேரத்தை விடவா ஒரு காதல் கடிதம் எழுத அதிக நேரம் தேவைப்படுகிறது?

2வது சம்சாரத்துக்கு முதல் சம்சாரம் பினாமியா இருப்பது எல்லாம் தமிழக அரசியலில் மட்டுமே சாத்தியம்.

குடியை நிறுத்திய ஒருவரை சந்தித்தேன், 50 வருடங்களுக்கு முன்பே நிறுத்தியிருக்கலாம் என வருத்தப்பட்டார்.

புகுந்த வீடு - பாருங்கள், ஆண்கள் என்றால் தப்பர்த்தம் வருகிறது.

தேவையில்லாததையும் தேடுவதை பொழுதுபோக்காக்கியதே கூகிளின் வெற்றி.

ராமர் கூட ஏக பத்தினி கணவனோ, மனிதனோ அல்ல. ஏக பத்தினி விரதன்.

நம் குழந்தைகளின் வாழ்க்கைக்காக நாம் அதிகம் யோசிப்பது, பெயர் வைக்கும் தருணத்தில் மட்டும்தான்.

கூட்டணிக் கட்சிகளின் கொடிகளை ஒட்டு மொத்த மாக பார்த்தால், அந்த கால காபரே டேன்ஸ்தான் நினைவிற்கு வருகிறது

புத்திசாலித்தனம் காலத்திற்கேற்ப மாறிக் கொண்டே யிருக்கும். முட்டாள்த்தனம் நிலையானது.

வெற்றி பெற்ற பின் வெற்றியிடம் தோற்றுவிடுகி றோம்.

எதிரி நண்பனாவதை விட, நண்பன் எதிரி ஆவதற்குதான் சாத்தியக்கூறு மிக அதிகம்.

ஏடிஎம்ல் வரிசையில் நின்று
மினி ஸ்டேட்மெண்ட் எடுத்து
கிழித்துப்போடுபவன் மனநிலையை எப்படி
புரிந்துகொள்வது ?

கருணையே உருவான பெண்கள் லெக் பீஸை கடவாய்ப்பல்லில் வைத்து இழுப்பதை பார்க்க நேரிடுகையில் ஒரு மாதிரியாக இருக்கிறது.

ஓட்டுக்கு நடு விரலில் மை வைக்கும் பழக்கம் இருப்பின், ஓட்டுப்போட்டபின் காட்டும் போஸை நினைத்துப்பார்த்தேன், சரிதான்.

இளவரசர் வில்லியம் கொடுத்த முத்தத்தில் காதல் தெரியவில்லை. அலுப்புதான் தெரிந்தது.

போரே குற்றம். போர்க்குற்றம் குற்றத்தில் குற்றமா?

டெக்னாலஜியில்தான் 3G, 4G எல்லாம். போர் விஷயத்தில் அனைத்து நாடுகளும் இன்னும் சிங்கிள் G தான். # காட்டுமிராண்டிகள்.

நரமாமிசம் சாப்பிடுவதை கொடுமை அடுத்தவர் உழைப்பை உண்பது.

முட்டாளால் அறிவாளியாக முடியாது, சரி. அறிவாளிகளே முட்டாளாகி காட்டுங்கள் பார்ப்போம்.

வல்லவனுக்கு புல்லும் ஆயுதம். நல்லவனுக்கு ஆயுதமும் புல். பாவம் விட்டுவிடுங்கள். பெண்களின் அன்பை சம்பாதிக்க முடியாதவர்கள் தான், கோபத்தை யாவது சம்பாதிக்க முயல்கிறார்கள்.

நீயறிந்த மொழி தமிழ் மொழி யாக மட்டுமே இருப்பது உன் அதிர்ஷ்டம், தமிழின் துர திருஷ்டம்.

ஒரு OS சொல்வதை கூடவா பெண்கள் சொல்லக்கூடாது? - try again.

ஒவ்வொருமுறை படுக்கையறை தாழிடப்படும்போதும் - the principle of uncertainity.

பெண்கள் ஆண்களை கவர வேண்டிய அவசியமில்லை- கவிதையிலும்.

சிட்டியில் இருப்பவர்கள் புலியை பாதுகாக்க என்ன செய்ய வேண்டும் என தயவு செய்து யாராவது சொல்லுங்கள்.

பேண்ட் கண்டுபிடிப்பதற்கு முன்பே ஜிப் கண்டுபிடித்திருப்பின், அதுதான் அட்வான்ஸ் திங்க்கிங்.

arranged love ஐ நோக்கி நகர்ந்து கொண்டிருக்கிறோம்.

கடும் குளிர் பிரதேசத்திலிருந்து, மே மாதம் சென்னையில் நல்ல சீஸன் என சென்னைக்கு யாராவது வருகிறார்களா?

ஈ மெயில், ஜாப் சைட், ஃபேஸ்புக்
-ட்விட்டர் என அனைத்திலும்
இலவசம் உபயோகிக்கும்
அறிவுஜீவி சமூகம்தான்
ஏழைகளுக்கான அரசாங்க இலவச
ங்களை எதிர்க்கிறது.

1 லட்சம் மரக்கன்றுகளை
விளம்பரத்திற்காக நடுவதைவிட
10 மரத்தை பராமரித்து வளர்ப்பது
சிறந்தது.

வேலி மீதே பயிர் படர்ந்தால்
வேலி என்ன செய்யும்?

தொப்புள், தொடை, மார்பகமும்
மார்பகம் சார்ந்த பகுதிகளும்
புகைப்படமாக வெளியாவது
ஆபாசம் அல்ல. எழுத்தாக
எழுதினால் ஆபாசம்.

படுத்துக்கலாமா என்றாள் தோழி,
ம் என்றேன் - வேகமாக
சென்று கொண்டிருந்தது புகை
வண்டி.

இடம் பொருள் ஏவாள் அறிந்து
செயல்பட வேண்டும்.

லீகலாக செய்யும் எதையும்
லீகலாக சந்திக்க அவசியமே
வராது. இல்லீகலாக செய்தால்
லீகலாகத்தான் சந்திக்க வேண்டும்.

மிகப்பெரிய வெற்றியையும்
மிகச்சிறிய தோல்வி தோற்கடித்து
விடுகிறது.

வெயில் காலங்களில் ஆடை
விற்பனை மற்றும் ஆடைகளும்
சரிவு.

நடிகையின் மகளின் தொப்புள்
கொடி வெட்டும்போது, நடிகை
பார்த்து கவனமாக வெட்டுங்கள்
என சொல்வாரோ!

புகைவண்டியில் ரிஸர்வ்
செய்யாமலேயே இடம்
கிடைத்தது, வாசலில் அமர்ந்து
வேடிக்கைப் பார்த்துக்கொண்டே
வருவதற்கு.

வித்தியாசமாக சிந்திப்பதென்பது,
சிந்திப்பதே வித்தியாசமாக
இருப்பவரால் தான் முடியும்.

அதிர்ஷ்டம் என்ற வார்த்தை
தோன்ற காரணமான அந்த கணம்
துரதிருஷ்டம்தான்.

ஏய். குழந்தை பார்த்து
டப்போவுது... என எந்த
ஆணாவது சொன்னதுண்டா?

வெட்கப்படும் பெண்ணின்
வெட்கத்தை துரத்தியப் பின்னும்
வெட்கத்தை எதிர்பார்க்கும்
முரணான பேராசை.

ச்சீய் என வெட்கப்படும் அளவிற்கு, ஆண்களிடம் செய்வதற்கு என்ன இருக்கிறது? # முயற்சி செய்து பார்க்கவும்.

புகழ்ச்சிக்கும் இகழ்ச்சிக்கும் இடையில் இருப்பவர்கள், புகழ்ச்சியோ இகழ்ச்சியோ செய்து கொண்டிருப்பவர்கள்.

முதன் முதல் அடிக்கும் காதல் கடிதத்தை save செய்கையில் "save" select செய்கிறீர்களா அல்லது save as செலக்ட் செய்கிறீர்களா?

தோல்விகள் வெற்றியை சுவாரசியமாக்குகின்றன. வெற்றிகள் தோல்வியை நினைத்துப் பார்க்கவே விடுவதில்லை.

அவளின் நுண்ணிய மயிர்க்கால்களை பார்க்கையில் எந்த கணத்திலும் பூக்கள் பூப்பதற்கான அறிகுறி.

உன் போன்ற கலைப்படைப்புகளை ரசித்துக் கொண்டேயிருப்பேன். ஆண்மை என்ற இயற்கையை வெல்லும் அளவிற்கு என் ரசனை இருக்கிறதா பார்ப்போம்.

குறிலும் நெடிலும் குறிக்கு பொருந்துமா?

நாய்களின் கவிதை நமக்குத்தான் புரிவதில்லை. குரைக்கிறது என்கிறோம்.

நாய் வாலை நிமிர்த்த முடியாது என தத்துவம் சொல்லிக்கொண்டிருக்கும் நமக்கு நாய் வால் எவ்வளவோ மேல்.

இதுவரை இல்லாத மொழியில் கதை எழுதுவதே பின் நவீனத்துவத்தின் உச்சகட்டம்.

கலவிக்கு முன்னும் பின்னும் குளிப்பது போய் கலவியின் போதே குளிக்கச்சொல்லும் சென்னையின் வெயிற்காலம்.

நம்ப வைக்காமல் கழுத்தை அறுப்பது எப்படி?

இறந்தவனின் பிறந்த நாளுக்கு மலர்'மாலையும், இறந்த நாளுக்கு மலர்'வளையமும் வைக்கும் பகுத்தறிவு நுடபம்.

கடும் வேலைபளுவுக்கு இடையில் ஆர்டர் செய்தார் கடாய் சிக்கன் போன்லெஸ் - MD ortho.

பிக் அப் பண்ண நினைப்பவர்கள் முதலில் ட்ராப் பண்ணட்டுமா என்றுதான் கேட்கிறார்கள்.

உன்னை காதலிக்காமல் இருப்பதற்கான காரணத்தை கண்டு பிடிப்பதற்குள் என் 4 காதலிகளுக்கு திருமணம் முடிந்துவிட்டன.

புத்தரிடம், ஆசையே துன்பத்திற்கு காரணம் என சொன்னீர்களே என்றேன். - அது மட்டுமே நான் சொன்னேன் என்றார்.

மீடியாவின் வீச்சு இல்லாத போது பிரபலமானவர்களின் பிரபலத் தில் 10 % கூட மீடியாவின் வீச்சு இருக்கும்போது யாரும் பிரபலமாக வில்லை.

பிரிவுத்துயர் அளவிற்கு பிரிவின் பத்தை பற்றி பேசாமல் விட்டது சங்ககாலத்தின் கயமையா பாசாங்கா?

முதல் உடலுறவின் முடிவில் அழ வேண்டும் என்ற பெண்களின் ப்ரோட்டாகாலை யார் மாற்றி ப்ரோக்ராம் செய்வது?

ஊளையிடுதல், குரைத்தல், கர்ஜித்தல், கத்துதல்... எல்லாவற் றையும் தாண்டி பேசுதலில்தான் கம்யூனிகேஷன் கேப் வருகிறது.

ஒவ்வொரு போரின் முடிவிலும் அடுத்த போரிற்கான நியாயங்கள் சி தறிகிடக்கின்றன.

ச்சே.. இந்த பெண்கள் நியூட்டனின் மூன்றாம் விதியை கூடவா படிக்கவில்லை?

நீ எப்படி அப்பாவை லவ் பண்ணே,

நீ எப்படி அம்மாவை லவ் பண்ணே என்று குழந்தை கேட்கும் அளவிற்கு பரிணாம வளர்ச்சியுடையது காதல்.

ஒரு விஷயத்தை ஆபாசமாக்குவதில் உள்வாங்கிக்கொள்பவரின் பங்கும் பாதி உள்ளது.

தற்போது நிலவும் ஜென் கருத்துக்கள் மீது ஆர்வம் கொண்டு, கற்பதற்காக, புத்தர் மீண்டும் மறுபிறவி எடுக்க ஆசைப்படுகிறாராம்.

போட்டியிட தகுதி வேண்டும், இல்லையெனில் பொறாமை கொள்ளலாம்.

exit poll என்பது யாரை வீட்டுக்கு அனுப்பப்போகிறோம் என்பதற்காக குத்துவது.

எத்தனை முறை தோற்றாலும் உளவுத்துறையை நம்பவேண்டியது. எத்தனை முறை வென்றாலும் மக்களை நம்புவதில்லை.

திருமணம் செய்து கொள்ளாத பெண்களுக்கு அதீத தலைமைப் பண்பு அமைகிறது

யாரையும் தோற்கடிக்காமல் கிடைக் கும் வெற்றிகள் கவனிப்பாரின்றி கிடக்கின்றன.

தோற்பதும் ஒருவித வெற்றியே.
தோற்கடிக்கப்படுவதே தோல்வி.

பத்தினிக்கும் பட்டினிக்கும் அர்த்தம்
தெரியாமல் இருக்கும் நாடே
வளர்ந்த நாடு.

படுக்கையறையில் கேப்டன்
பதவியை ராஜினாமா செய்யுங்கள்.
அடித்து ஆடலாம்.

காமத்துப்பால் எழுதியதில் வாசுகி
யின் பங்கு கொஞ்சம் கூடவா
இருக்காது?

பெண்ணுக்கு ஆண் எதிர் பாலினம்.
ஆணுக்கு பெண் புதிர் பாலினம்.

மனுஷ்யபுத்திரனின் கற்பனைத் திறன் அபாரம். கணையாழியின் கடைசிப்பக்கங்கள் போல 'மனுஷின் பின் அட்டைப்பக்கங்கள்' வெளியிடலாம்.

காமசூத்திரத்தில் log in செய்ய மட்டுமே உங்களுக்கு உரிமை. log outடை காமம் முடிவு செய்யும்.

விபச்சார விடுதியில் - கடன் காமத்தை முறிக்கும்.

காதலின் வாழ்வுதன்னை காமம் கவ்வும். காமமே மீண்டும் வெல்லும்.

கொஞ்சி கொடுத்த முத்தத்தைவிட
கெஞ்சி கிடைத்த முத்தத்தின்
சுவை அதிகம்.

ஒவ்வொரு காதலையும்
எப்படித்தான்
பொறுமையாக
முதலிலிருந்தே
ஆரம்பிக்கிறார்களோ?

திருமணமானது
தெரியாமல் இன்னும்
யாருக்காகவோ காத்துக்
கொண்டிருக்கின்றன
மேட்ரிமோனியல்
சைட்டில் புகைப்படங்கள்.

தோசையை திருப்பிப்போடும்
போது, இரண்டாக கிழிந்தால்
என்ன பிரச்சனை? ஏன்
இவ்வளவு கவனம் எடுத்துக்
கொள்கிறார்கள்.?

தமிழகத்தில் குப்புறடித்து தூங்குபவனுக்கே வருகிறது வியர்வை. உழைப்பவனுக்கு வருவதற்கு பெயர் என்ன?

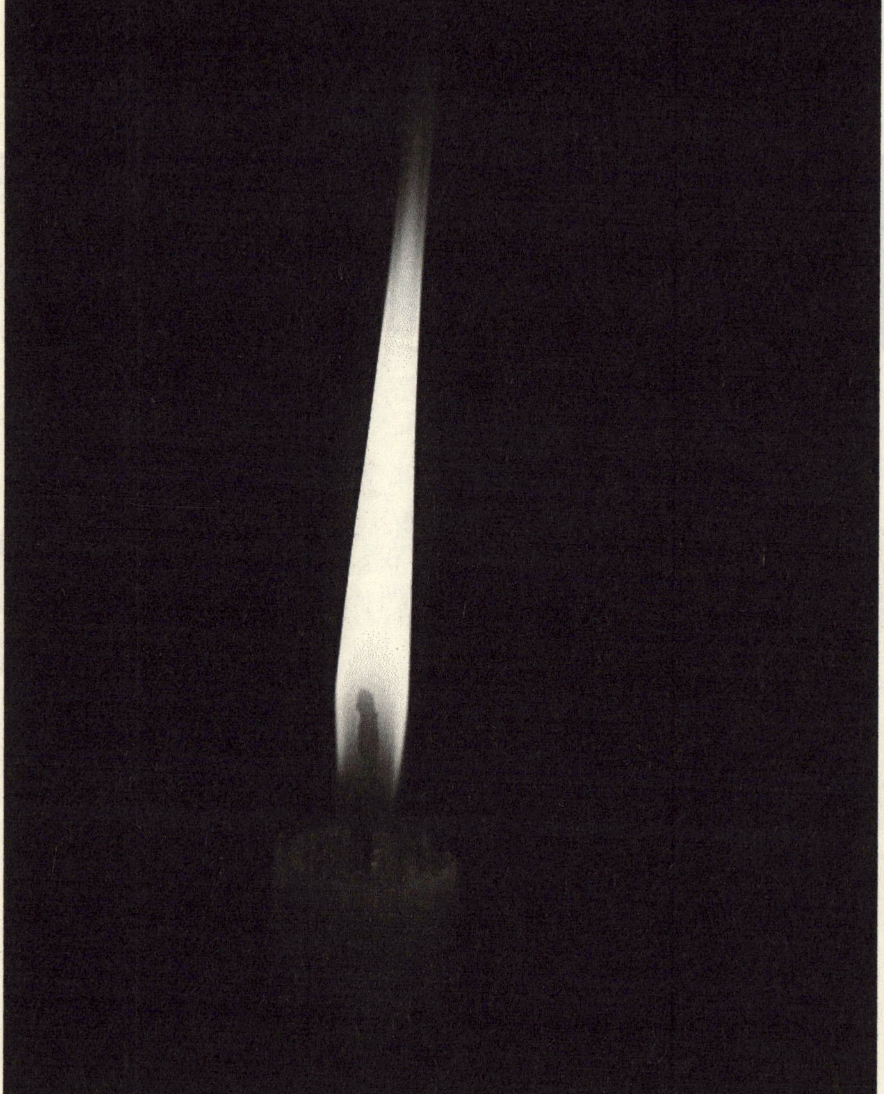

அராத்து பாண்டிச்சேரியில் பிறந்து, கடலூர் மாவட்டம் புவனகிரியில் வளர்ந்தவர். சமூக வலைத்தளங்களில் தொடர்ந்து எழுதி வருவதன் மூலம் கவனம் பெற்றவர். நீயா நானா உட்பட பல தொலைக்காட்சி விவாதங்களில் கலந்து கொண்டிருக்கிறார். விகடன், குமுதம் மற்றும் அந்திமழையில் இவரது சிறுகதைகள் வெளிவந்து இருக்கின்றன.

மென்பொருள் துறையில் டிரெயினிங் - கன்சல்டிங் நிறுவனம் நடத்தி வரும் இவர், தொழில்முறை எழுத்தாளர் அல்ல. பொழுதுபோக்குக்காக எழுதுபவர். இவர் இதுவரை எந்த விருதும் வாங்கியதில்லை!

வெளிவந்துள்ள இவரது நூல்கள்

1. பிரேக்-அப் குறுங்கதைகள்
2. தற்கொலைக் குறுங்கதைகள்
3. சயனைட் குறுங்கதைகள்
4. இங்கு பஞ்சர் போடப்படும் - நகைச்சுவை கட்டுரைகள்
5. உயிர் மெய் - நாவல்
6. காட்டுப்பள்ளி - குழந்தைகள் நாவல்
7. ஆழி டைம்ஸ் - குழந்தை குறும்புகள்
8. நள்ளிரவின் நடனங்கள் - சிறுகதைகள்